D9900445

थँक यू मिस्टर ग्लाड

अनिल बर्वे यांचे इतर प्रकाशित साहित्य

कादंबरी

डोंगर म्हातारा झाला

स्टड फार्म

अकरा कोटी गॅलन पाणी

आतंक

दीर्घकथा

युद्ध विराम आणि होरपळ

नाटक

थँक यू मिस्टर ग्लाड

कोलंबस वाट चुकला

हमिदाबाईची कोठी

पुत्रकामेष्टी

आकाश पेलताना

ज्युलिएटचे डोळे (अप्रकाशित)

चर्मण्वती चंबळ

मी स्वामी या देहाचा

इतर

रोखलेल्या बंदुका आणि उठलेली जनता

झु दाओ अन् चर्चबेल्स

थँक यू मिस्टर ग्लाड

अनिल बर्वे

पॉप्युलर प्रकाशन, मुंबई

थँक यू मिस्टर ग्लाड
(म-४२९)
पॉप्युलर प्रकाशन
ISBN 978-81-7991-911-8

THANK YOU MR. GLAD
(Marathi : Novel)
Anil Barve

पहिली आवृत्ती : १९७५/१८९७
सहावी आवृत्ती : २०१७/१९३९
तिसरे पुनर्मुद्रण : २०२१/१९४२
चौथे पुनर्मुद्रण : २०२२/१९४४
पाचवे पुनर्मुद्रण : २०२३/१९४५

मुखपृष्ठ : बाळ ठाकूर

प्रकाशक
अस्मिता मोहिते
पॉप्युलर प्रकाशन प्रा. लि.
३०१, महालक्ष्मी चेंबर्स
२२, भुलाभाई देसाई रोड
मुंबई ४०० ०२६

अक्षरजुळणी
संतोष गायकवाड
पिंपळे गुरव, पुणे ४११ ०६१

माझ्या आईला —

केवळ माझी आई म्हणून नव्हे-तर;
'आयुष्याला ताठ मानेने सामोरे जायचे असते!'
ही शिकवण स्वत:च्या आचरणाने शिकविल्याबद्दल
— कृतज्ञतेपोटी

— अनिल बर्वे

गेटवरल्या सेंट्रीने खडबडून भानावर येत सॅल्यूट ठोकला.

पण ग्लाडसाहेबाच्या करड्या नजरेने त्याची दादसुद्धा घेतली नाही. ग्लाडसाहेब रस्त्यावर आला नि त्याची पावले काळ्याशार डांबरी रस्त्यावर खाड् खाड् वाजू लागली, तशी आसपासच्या झाडांवरल्या पाखरांची किलबिलही शांत झाली...

— ग्लाडसाहेबाचा दराराच तसा मोठा!

ग्लाडसाहेब मेन गेटशी आला की राजमहेंद्री सेंट्रल जेलच्या भिंतीच तेवढ्या वाकत नसत. बाकी सारे कसे अगदी कमरेपासून लवत. बारा जेलचे पाणी प्यालेला 'काला टोपी' असो नाही तर छप्पन्न जेल फोडून पळालेला 'लाल टोपी' असो, ग्लाडसाहेबासमोर सारे कैदी कसे अगदी चळाचळा कापत. पंटर, कोरंटी नि चिंध्याचोर तर ग्लाडसाहेबाच्या एकाच थोबाडीने चड्डीत मुतत. ग्लाडसाहेबाची दहशतच तशी मोठी. रोज एक तरी दंडा कोणाच्या तरी पाठीवर मोडल्याशिवाय ग्लाडसाहेब टिफिनला हात लावीत नसे!

खरे तर अंधारू लागल्यावर ग्लाडसाहेब आपल्या बंगल्याच्या व्हरांड्यात त्याच्या लाडक्या बुलडॉगचे कौतुक करीत असतानाच साऱ्यांना दिसे. रोजचा रिवाजच होता त्याचा तो. पण आजची दिवेलागणी मोठी विचित्र होती खरी....

श्रीकाकुलमच्या सेशनने पोलिस चौकी उघडून सात पोलिसांना नि एका सब-इन्स्पेक्टरला ठार मारल्याच्या आरोपावरून एका नक्षलवाद्याला फाशीची सजा देऊन पाठवला होता.

फाशीचा कोणी कैदी तुरुंगात आला की ग्लाडसाहेबाला कोणी काफरच तावडीत सापडल्याचा आनंद होई. कोणाला फाशी द्यायचे म्हटले की इतर जेलचे सुपरिटेंडेंट नर्व्हस होत; उदास होत. पण ग्लाडसाहेबाचा खाक्याच निराळा. एकेकाला फाशी चढवताना एखादे धार्मिक कृत्य केल्याचे सात्त्विक तेज ग्लाडसाहेबाच्या नजरेवर ओसंडे, नाही म्हटले तरी अठ्ठावीस वर्षांच्या सर्व्हिसमध्ये दीड-दोनशेंना तरी ग्लाडसाहेबाने 'हँग' केले होते. आणि आज तर 'राजनिष्ठ' ग्लाडसाहेबाच्या तावडीत राजद्रोही नक्षलवादीच सापडला होता.

— काही झाले तरी ग्लाडसाहेबाची राजनिष्ठा मोठी कडवी होती हे खरे. प्राण गेला तरी साहेब खाल्ल्या मिठाला जागल्याशिवाय राहिला नसता. बेचाळीसच्या चळवळीत हाती सापडलेल्या सत्याग्रह्यांना कारणे शोधून शोधून ग्लाडसाहेबाने गुरासारखे बडवून काढले होते. पण युनियन जॅक उतरून तिरंगा वर चढला तेव्हा ग्लाडसाहेबाने दु:ख आवरून एक कडकडीत सॅल्यूट ठोकला नि आपली सेवा तिरंग्याला रुजू केली. ग्लाडसाहेबाची जेवढी निष्ठा फिरंग्याला होती तेवढीच आता तिरंग्याला होती. बुटाचा सोल फाटून निघेपर्यंत त्या हरामखोर नक्षलवाद्याला तुडवून काढल्याशिवाय ग्लाडसाहेबाला झोपच आली नसती. आणि असा 'महत्त्वा'चा कैदी आला की चेकिंगला स्वत: जातीने उभे राहण्याचा साहेबाचा रिवाजही होताच.

बडा नक्षलवादी डेथ-सेंटेन्स लागून आला आहे हे आतापर्यंत साऱ्या बराकींना 'वायरलेस'ने माहीत झाले होते. कैद्यांची कम्युनिकेशन लाइनच तशी मोठी परफेक्ट नि ग्रेट होती. एवढ्या कडेकोट पहाऱ्यातून नि कडक बंदोबस्तातूनही अगदी किरकोळ बातमीही - मग ती कोणाला दंडाबेडी पडल्याची असो वा कुणाला चार-आठ दिवसांची माफी मिळाल्याची असो, वा कुणाचे अपील फेटाळल्याची असो, प्रत्येक यार्डात, प्रत्येक बराकीत, प्रत्येक कैद्याला क्षणार्धात समजे. आज बडा नक्षलवादी आला आहे, नि त्याच्या चेकिंगला स्वत: ग्लाडसाहेब येतो आहे हे समजल्यावर सर्व खावखुजाव एकदम थांबून सर्वांचे कान मेन गेटला लागले. थोड्याच वेळाने साहेबांच्या शिव्यागाळीने, दंडा-बुटाच्या तुडविण्याने आणि कैद्यांच्या किंकाळ्यांनी जेलचा टॉवरही थरथरू लागणार होता. बडे बडे 'श्याने कावळे' ही जीव मुठीत घेऊन मेन गेटला कान लावून बसले.

अंधारातून माणसाची आकृती येताना दिसताच सवयीने गार्ड-ड्यूटीवरल्या जमादाराने टॉर्चचा झोत टाकला. ग्लाडसाहेबाला पाहताच खाड्कन बूट आपटीत सर्वांनी पाय जुळविले. ग्लाडसाहेबाच्या नजरेला तेवढ्यात एकाचे पोक खुपले. ग्लाडसाहेबाची जळजळीत नजर आपल्याकडे पाहताच पोक जाऊन खांदे ताठ झाले. ग्लाडसाहेबाने मात्र एकवार तिरस्काराने रिटायर व्हायला आलेल्या त्या हवालदाराकडे पाहिले....

नि मेन गेटचे दरवाजे करकरले. दरवाजापाशी उभ्या असलेल्या पोलिस व्हॅनला हातातल्या दंड्याने फटकावीत साहेब मेन गेटमध्ये शिरला, ग्लाडसाहेबाचे

पाऊल मेन गेटमध्ये पडले, तत्क्षणी सारे जेलर नि सबइन्स्पेक्टर अटेन्शनमध्ये उभे राहिले.

"कुठाय तो हरामखोर?"

सातव्यावर आठवा सूर लावीत ग्लाडसाहेब गरजला.

सीनियर जेलर अदबीने पुढे येत उत्तरला,

"इन चेकिंग रूम, सर."

गर्कन् राइटला वळून तडातडा चेकिंग रूमच्या पायऱ्या चढता चढता ग्लाडसाहेब ओरडला,

"व्हेअर इज दॅट बास्टर्ड नक्सलाइट?"

"आय डोन्ट नो हू इज दॅट बास्टर्ड. बट दॅट नक्सलाइट इज हिअर!" डाव्या कोपऱ्यातून आवाज आला. ग्लाडसाहेबाची करडी नजर तिकडे वळली मात्र, नि निमिषमात्र कोरडीच पडली. क्षणभर ग्लाडसाहेब पाहातच राहिला...

खादीच्या कुर्त्या-पायजम्यात जेमतेम तिशीचा, धारदार नाकाचा, टपोऱ्या डोळ्यांचा एक सावळासा तरुण एका हातात मायकोवस्कीच्या पोएम्स नि दुसऱ्या हातात सिगारेट घेऊन आरामात सिटिंग रूममध्ये बसल्याप्रमाणे बसला होता.

क्षणभरच, नि लगेच ग्लाडसाहेब भानावर आला. दात-ओठ खात एका झटक्यात नक्षलवाद्याच्या हातातून त्याने सिगारेट हिसकावून घेतली, तोच नक्षलवाद्याचा बळकट हात ग्लाडसाहेबाच्या मनगटावर पडला आणि शांतपणे सिगारेट परत काढून घेऊन एक झुरका मारीत नक्षलवादी म्हणाला.

"स्मगल्ड नाहीय, जेलमधलीच आहे. चारमिनार! घेणार?"

हातातले पाकीट पुढे करीत साक्षात् ग्लाडसाहेबालाच नक्षलवाद्याने सिगारेट ऑफर केली. आता मात्र साहेबाचा तोल गेला नि साहेब कडाडला —

"भडव्या, फाशी झाली तरी अजून गांडमस्ती जिरली नाही का तुझी?"

नक्षलवाद्याने एकवार रोखून ग्लाडसाहेबाकडे पाहिले नि तिरसटत पण शांतपणे रोखठोक तो उत्तरला.

"फाशीच्या किरकोळ दोरखंडानं जिरणारी मस्ती आम्ही करीत नाही, मिस्टर ग्लाड. आमची मस्ती फार मोठीय. तुमच्यासारखी खाकी कपड्यांनं आली नाहीय ती."

कैद्याच्या या अनपेक्षित उत्तराने नि वागण्याने सारी चेकिंग रूम एकदम गंभीर झाली. सोल फाटेपर्यंत कैद्याला बुटाने तुडवून काढण्याचे ग्लाडसाहेबाचे अवसानही ओसरले. तरी पण उसने अवसान आणीत साहेबाने सीनियर जेलरला फर्मावले.

थँक यू मिस्टर ग्लाड / ३

"चेकिंग उरकून दंडाबेडी ठोका साल्याला; मग चांगला हात दाखवतो.''

"मिस्टर ग्लाड —'' चढत्या धारदार आवाजात नक्षलवादी ओरडला,

"बिहेव लाइक जंटलमन ऑर ए वॉरिअर. हातच दाखवायचा असेल तर दंडाबेडी न ठोकता पटांगणात या, बघू या तुमच्या मनगटात जास्त जोरय की माझ्या छातीत जास्त दमय.''

ग्लाडसाहेबाच्या रक्ताचे अगदी पाणी पाणी झाले. अठ्ठावीस वर्षांच्या सर्व्हिसमध्ये हायर ऑथॉरिटीजनीसुद्धा ग्लाडसाहेबाचा असा पाणउतारा कधी केला नव्हता; आणि आज फाशी झालेल्या एका कैद्याने असा अपमान हवालदार नि जेलरसमोर करावा! तिरीमिरीसरशी टेबलावरचा रूळ उचलून साहेब नक्षलवाद्यावर धावला, तोच पोलिस सबइन्स्पेक्टर धावत आला नि त्याने ग्लाडसाहेबाचा हात वरचेवर धरला...

"सर, स्टिल ही इज इन् माय पझेशन. यू कान्ट बीट हिम!''

ग्लाडसाहेबाने खाऊ की गिळू नजरेने पी. एस्. आय. कडे पाहिले आणि निमूट हात खाली घेतला. खालच्या रँकचा झाला तरी पी. एस्. आय. त्याच्या डिपार्टमेंटमध्ये मोडत नव्हता. आणि कायद्याची भाषा त्याच्या बाजूला होती. चेकिंग पूर्ण होऊन कागदपत्रे संपेपर्यंत कैदी पोलिसच्या ताब्यात होता. दात-ओठ खात अस्वस्थपणे साहेब खुर्चीत बसला. बराच वेळ चेकिंग रूम निःस्तब्ध राहिली नि मग धीर करून सीनियर जेलर पुढे आला आणि त्याने नक्षलवाद्याच्या चेकिंगला सुरुवात केली —

कैदी नंबर आठसो बयालीस.

डेथ सेंटेन्स.

नाम वीरभूषण पटनाईक.

उमर वर्षे अदमासे तीस.

मग नक्षलवाद्याने शांतपणे कपडे काढले. जमादाराने पुढे होऊन खाणाखुणा पाहायला सुरुवात केली —

"बाये खांदेपे काला मोल, दाहिने हातपे काला मोल—''

शिपाई थबकलाच, "साऽऽब", चिरक्या आवाजात तो ओरडला. रजिस्टरमधले डोके सीनियर जेलरने वर उचलले नि त्याचे डोळे विस्फारले. एव्हाना ग्लाडसाहेबाचेही लक्ष तिकडे गेले, — नक्षलवाद्याच्या पोटावर जखमेची भली मोठी खूण होती. "इथं काय झालंय?'' — सीनियर जेलरने विचारले.

‘‘थ्री नॉट थ्री ची गोळी घुसली होती चार इंच आत.’’ नक्षलवाद्याने उत्तर दिले.

ग्लाडसाहेबाने एकवार कपाळावर आठ्या चढवल्या नि आपले लक्ष नक्षलवाद्याच्या बोलण्याकडे एकाग्र केले.

‘‘खम्ममच्या जंगलात एस. आर. पी. बरोबरच्या चकमकीत लागली.’’

‘‘ऑपरेशन कोणत्या हॉस्पिटलमध्ये झालं?’’

सीनियर जेलरने माहिती विचारली.

‘‘हॉस्पिटलमध्ये कसलं आलंय? माझं मीच केलं.’’

‘‘क्काय...?’’

नाकावरून घसणारा चष्मा सावरीत सीनियर जेलर किंचाळला.

‘‘इक्विपमेंटस् होती माझ्याजवळ. गॅसबत्त्या आणल्या गोविंदपेठहून. स्वत: सर्जन आहे मी.’’

नक्षलवाद्याने अगदी सहजपणे माहिती पुरवली.

ग्लाडसाहेब वगळता इतरांकडे कधीही रिस्पेक्टफुली न पाहणाऱ्या सीनियर जेलरने तेवीस वर्षांच्या सर्व्हिसमध्ये प्रथमच एका कैद्याकडे रिस्पेक्टफुली पाहिले, आणि आपले डोके पुन्हा रजिस्टरमध्ये खुपसले.

चेकिंग पूर्ण झाले.

सबइन्स्पेक्टरने टाचा जुळवून ग्लाडसाहेबाला सॅल्यूट ठोकला. ‘‘नाउ कनव्हिक्ट इज इन युअर पझेशन, सर.’’ पी. एस्. आय. म्हणाला, ‘‘कनव्हिक्ट इज ए थरो जंटलमन. धाकात ठेवण्याची गरज नाही... सर, इफ यू काइंडली अलौ मी - कवितांची पुस्तके द्यायचीत त्याला.’’

‘‘गिव्ह देम टु हिम.’’ कशी काय कुणास ठाऊक, पण ग्लाडसाहेबाने उदार परवानगी दिली.

पी. एस. आय. ने नक्षलवाद्याच्या हातात पुस्तके देताना हळुवारपणे त्याचे हात थोपटत शेवटचा अबोल निरोप घेतला, आणि पुन्हा एकदा ग्लाडसाहेबाला सॅल्यूट ठोकून बरोबरच्या कॉन्स्टेबल्सना घेऊन तो मेन गेटमधून बाहेर पडला. त्याच्या पाठमोऱ्या आकृतीकडे तुच्छतेने बघत ग्लाडसाहेब सीनियर जेलरला म्हणाला, ‘‘या भडव्याला शाळाखात्यात भरती करण्याऐवजी पोलिसात कुणा गाढवानं भरती केलं?’’

नक्षलवाद्याने आपला थाली-पॉट आणि बिस्तरा उचलला नि फाशी गेटच्या जेलरबरोबर तो फाशी गेटकडे जाऊ लागला. एव्हाना ग्लाडसाहेबाचा 'सोल फाटेपर्यंत बुटाने तुडवण्याचा नूर' उडून गेला होता. तरी पण दरारा, धाक कायम राहावा म्हणून ग्लाडसाहेब ताड् ताड् करीत मागोमाग गेला आणि त्याने नक्षलवाद्याला गचांडी धरून आपल्याकडे वळवले. पण ग्लाडसाहेबाने हात उचलायच्या आधीच दोस्ताचा हात थोपटावा तसा नक्षलवाद्याने ग्लाडसाहेबाचा खांदा थोपटला नि तो म्हणाला —

"आय ॲम टू मच टायर्ड, मिस्टर ग्लाड. उद्याच काय कोणी मला फाशी देत नाहीय. वर्षभर गाठी भेटी चालायच्यात आपल्या. काय राग लोभ असतील ते नंतर पाहून घेऊ. आत्ताच काय घाईय? नाउ यू ऑल्सो रिलॅक्स. गुड नाइट!"

जेलरबरोबर नक्षलवादी फाशी गेटला निघून गेला. ग्लाडसाहेबाची पावले मात्र जमिनीलाच खिळली. असा कैदी अठ्ठावीस वर्षांच्या सर्व्हिसमध्ये त्याला प्रथमच भेटत होता. वस्तुत: फाशीच्या शिक्षेपेक्षा ग्लाडसाहेबालाच कैदी अधिक भिई. पण हा तर साऱ्यांवर वरताण निघाला!

— अपमानाच्या शल्याने सारी रात्र साहेबाला झोप आली नाही.

ठण ऽ ठण ऽ ऽ ठण ऽ ठण ऽऽ

सकाळचे सहा वाजले.

बंद्यांची काळजे कुरतडत आणखी एक नवा दिवस उजाडला. बराकींचे टाळे खुलू लागले. आदल्या रात्री दस्तुरखुद्द ग्लाडसाहेब जातीने चेकिंगला हजर राहूनही कैद्याच्या किंकाळ्या ऐकू न आल्याने बेचैन झालेले कैदी जमादाराला-हवालदाराला बिडी-काडी, चायपाणी देत... मस्का लावत खबर घेऊ लागले. नळावर, हौदावर, इतकेच काय हग्यारीतही नक्षलवाद्याचीच चर्चा सुरू झाली. वॉर्डर येऊन कांजी वाटू लागला. कँटिनची गाडी चहा घेऊन आली. पण चर्चा संपेना. फर्स्ट वॉर्डर सर्वांना कामावर हाकलू लागला. मग सुतारखात्यात, लोहारखात्यात गप्पा सुरू झाल्या. ग्लाडसाहेबालाही गार करून टाकणाऱ्या नक्षलवाद्याविषयी सर्वांनाच प्रेमाचे भरते आले. एवढ्या दमदार तरुणाला फाशी दिल्याबद्दल जो तो सेशनजजची आयमाय उद्धरू लागला. काही ना काही चालबाजी करून फाशी

गेटमध्ये जाऊन नक्षलवाद्याला पाहून येण्यासाठी, जमले तर त्याच्याशी चार शब्द बोलण्यासाठी जो तो काही तरकीब सुचते का ते पाहू लागला. स्वत:च्या पोरीवर रेप करणारा बंडलबाज वाश्या वॉर्डर मात्र नक्षलवाद्याबरोबर चहा पिऊन आल्याचे सांगत जेलभर हिंडत होता.

पाखरांची किलबिल एकदम शांत झाली. रस्ता निर्मनुष्य झाला. काळ्याशार डांबरी रस्त्यावर पावले खाड् खाड् वाजू लागली. गार्ड-ड्यूटीवरल्या शिपायांनी सलामी दिली. मेन गेट करकरत उघडले, आणि ग्लाडसाहेबाने जेलमध्ये पाऊल टाकले. ग्लाडसाहेबाची चाहूल लागताच जेलमधली वडापिंपळाची झाडेही अंग चोरून उभी राहिली. पाठीमागे कुजबूज चालू झाली असली तरी ग्लाडसाहेबाच्या करड्या नजरेसमोर अजून सारे लवूनच होते. मग ग्लाडसाहेब खटल्याला बसला.

'ए' क्लासमधल्या स्मगलरला जेलमध्ये चोरून रम-बिअरच्या बाटल्या आणल्याबद्दल उभे केले गेले.

ग्लाडसाहेबाने स्मरणशक्तीला ताण दिला. या महिन्याचा हप्ता गेल्या आठवड्यातच हाती पडल्याचे लक्षात येताच स्मगलरला सक्त ताकीद देऊन सोडण्यात आले. 'ए' क्लासच्या जेलरला बाटल्या कैद्याला परत देण्याविषयी तोंडी 'कान-हुकूम' देण्यात आला. मग एका म्हाताऱ्या गावंढळ खेडूत कैद्याला ग्लाडसाहेबासमोर उभे करण्यात आले. तीन नंबर यार्डमध्ये सहा नंबरच्या बराकीत तिरुपतीची पूजा करून चोरून आणलेले पेढे वाटल्याचा त्याच्यावर आरोप होता. ग्लाडसाहेबाने म्हाताऱ्याला समोर बोलावले. म्हातारा हाताच्या अंतरावर येताच उजव्या आणि डाव्या दोन्ही हातांनी लागोपाठ दोन कचकचीत थोबाडात भडकावत ग्लाडसाहेब गरजला —

"क्यों बे खोचड, बाहेर गू खातोस नि जेलमध्ये देव देव करतोस?" साक्षात् ग्लाडसाहेबानेच दोन थोबाडात भडकावलेल्या पाहून हवालदाराने म्हाताऱ्याच्या पाठीवर तडाख्यात एक दंडा मोडून काढला. म्हातारा तोंडाला फेस येऊन खाली पडताच दोघा फर्स्ट वॉर्डरांनी तंगडे फरफटवीत त्याला हॉस्पिटलात नेऊन टाकले.

आणि अशा रीतीने दिवसभर पुरेल एवढा दरारा निर्माण केल्यावर इतर कैद्यांना तोंड, हात न चालवता केवळ लेखणीने ग्लाडसाहेबाने सजा फर्मावल्या. कोणाला दंडाबेडी ठोकली, कोणाची माफी कापली, कोणाला सेप्रेट बंद केले नि मग ग्लाडसाहेब राउंडला निघाला.

रोजचा सोपस्कार म्हणून जेलभर ग्लाडसाहेब राउंड मारीत होता, एवढेच. खरे तर त्याला प्रथम फाशी गेटमध्ये जायची इच्छा होती. काही तरी निमित्त काढून रात्रीचे उट्टे साहेबाला काढायचे होते. त्या देशद्रोही नक्षलवाद्याला सोल फाटेपर्यंत बुटाने तुडवून काढल्याशिवाय ग्लाडसाहेबाला चैन पडणार नव्हते. ग्लाडसाहेब भिशीमध्ये नुसता आला नि गेला, डाळसाखर बंगल्यावर पोचवायची ऑर्डरही दिली नाही, हे पाहून भिशीचा जेलरही आश्चर्यचकित झाला!

ग्लाडसाहेब फाशी गेटमध्ये शिरला नि हवालदार-वॉर्डरांनी त्याच्याभोवती कडे केले. फाशीचा कैदी डेस्परेट झालेला, साहेबाच्या अंगावरही जायचा. ग्लाडसाहेब एक नंबरच्या कोठडीपाशी थबकला...

"मैंने खून किया नहीं, मैंने खून किया नहीं" असे अहोरात्र ओरडणारा पागल कैदी रडून भेकून, ओरडून ओरडून थकला होता. अंगाची मुटकुळी करून वळचणीला पडला होता. त्याला झोपलेला पाहताच ग्लाडसाहेबाच्या तळपायाची आग मस्तकाला गेली आणि ग्लाडसाहेब हवालदारावर ओरडला,

"डोळे फुटलेत काय? बादल्या बादल्या पाणी मारा आत."

मग हवालदाराने दहा-बारा बादल्या पाणी दणादणा कस्टडीत मारले. थंडीने काकडत वेडा कैदी जागा झाला. गजातून हात बाहेर काढीत साहेबाचे पाय पकडू लागला. पण आतापर्यंत ग्लाडसाहेबातला लांडगा पुरता जागा झाला होता. भेसूर हसत ग्लाडसाहेबाने आपल्या नालबंद लठ्ठ बुटाच्या टाचेखाली वेड्या कैद्याचे पाय चिरडले. वेड्या कैद्याची बोटे, पंजे रक्ताने माखले; तसा हातातला दंडा फेकून कोठडीतला कुंडा ग्लाडसाहेबाने फोडला. कुंड्यातले गू-मूत कोठडीभर पसरले. ग्लाडसाहेब पुन्हा भेसूर गडबडला आणि ओरडला, "मादरचोद! झोप लागते काय तुला? पागल कुत्ते! झोप, — आता झोप. झोप!"

आणि ग्लाडसाहेब नक्षलवाद्याच्या कोठडीसमोर येऊन उभा ठाकला. ग्लाडसाहेबाला आलेला पाहताच नक्षलवाद्याने "हॅलो मिस्टर ग्लाड, हाउ आर यू!" विचारीत मंद स्मित केले;नि मग ग्लाडसाहेबाच्या अस्तित्वाचीही दखल न घेता शांतपणे बिछाना पसरून त्यावर अंग ताणून दिले.

नक्षलवाद्याच्या या वागण्याने ग्लाडसाहेब लालीलाल झाला. संतापाने त्याच्या तोंडून शब्द फुटेना. तेव्हा मग नक्षलवादीच ओरडला —

"हवालदार, बघता काय? दहा-बारा बादल्या पाणी मारा आत आणि मिस्टर ग्लाड, तुम्ही साबण फेका, — आंघोळ आटोपून घेतो मी."

अपमानित ग्लाडसाहेब गर्रकन् वळला नि ताड् ताड् फाशी गेटमधून चालता झाला. संतापाने त्याच्या नाकपुड्या बारा मोटा खेचलेल्या बैलाप्रमाणे फुरफुरत होत्या.

❖

'पोलिसांबरोबर उडालेल्या चकमकीत तीन नक्षलवादी ठार!'

मद्रास टाइम्समधील हेड लाइन वाचून ग्लाडसाहेब भलताच खूष झाला, आणि त्याने ब्रेकफास्टसाठी चार अंड्यांचे ऑम्लेट करण्याचा हुकूम सोडला. टाइम्समधील ती बातमी ग्लाडसाहेब पुन्हा पुन्हा चवीने वाचू लागला.

वस्तुत: ग्लाडसाहेबाचा नि राजकारणाचा दूरान्वयेही संबंध नव्हता. युनियन जॅकच्या जागी तिरंगा आला यापलीकडे स्वातंत्र्याचाही अर्थ फारसा त्याला कधी जाणवला नाही. स्वातंत्र्यानंतर तुरुंगाविषयी नवे नवे कायदे झाले, पण करप्शनची संधी असलेले कायदे वगळता इतर सारे कायदे साहेबाने पायदळीच तुडवले, आणि आपला जुनाच अंमल चालू ठेवला! तरी पण तुरुंगात 'नक्षलवादी' आल्यापासून, आणि त्याच्याशी स्वत:हून उभे वैर मांडल्यापासून नक्षलवादाविषयी ग्लाडसाहेबाला फारच मोठी उत्सुकता लागून राहिली होती. या देशद्रोही पंचमस्तंभीयांचे तत्त्वज्ञान तरी काय आहे हे समजून घेण्यासाठी दोन महिन्यांपूर्वी ग्लाडसाहेबाने गलेलठ्ठ आठ-दहा पुस्तकेही आणली होती. पण मार्क्स-लेनिन आणि माओच्या ग्रंथांतील चार पाने काही एक-रकमी ग्लाडसाहेब वाचू शकला नाही. खरे तर हा ग्रंथ त्याचा प्रांतच नव्हता. साहेबाने वाचलेला सर्वांत मोठा ग्रंथ म्हणजे 'जेल मॅन्युअल'.

तरी पण, नक्षलवादी मारले गेले म्हणजे ग्लाडसाहेबाला आनंद होई. आणि नक्षलवादी चळवळीचा वाढता जोर पाहून साहेबाच्या उरात धडकी भरे. भारतात खरेच 'कम्युनिस्ट रेव्होल्यूशन' होणार असे त्याला वाटू लागे. अर्थात जरी भारतात कम्युनिस्ट रेव्होल्यूशन झाले असते तरी फारसे काही बिघडले नसते. तिरंगा उतरून लाल बावटा वर चढल्यावर ग्लाडसाहेबाने दु:ख आवरून एक कडकडीत सॅल्यूट ठोकला असता नि आपली सेवा लाल बावट्यालाही रुजू केली असती.

मात्र एक गोष्ट खरी की, तीन महिने लोटले तरी नक्षलवाद्याला आपण अजून तुडवून काढू शकलो नाही या गोष्टीने साहेब मोठा चिंताग्रस्त झाला होता. आपला दरारा तर संपला नाही ना? की आपण म्हातारे झालो? अशा नाना शंका अहोरात्र

साहेबाच्या डोक्यात पिंगा घालीत होत्या. रोज सकाळी ड्यूटीवर निघताना वाट्टेल ती कुरापत काढून सोल फाटेपर्यंत नक्षलवाद्याला बुटाने तुडवायचे अशी प्रतिज्ञा करून साहेब बाहेर पडे, पण मेन गेटमध्ये शिरताच त्याचे अर्धे अवसान गळे नि नक्षलवाद्याला समोर पाहताच त्याचा सारा नूरच उतरून जाई, आणि संतापाने फणफणत साहेब घरी परते.

हा नक्षलवादी तुरुंगात आल्यापासून खुद्द ग्लाडसाहेबालाच तुरुंग म्हणजे शिक्षा झाल्यासारखे वाटत होते. प्रत्येक भेटीत आधी कधी काही झालेच नाही इतक्या शांतपणे हसून नक्षलवादी बोले. आणि बोलताना नक्षलवादी अगदी बरोबरीच्या नात्याने बोले. प्रत्येकाला तो नावानेच हाक मारी. कोणाला साहेब म्हणणे हे त्याच्या शब्दकोशातच नव्हते. आणि खरे तर ग्लाडसाहेबाला याचाच मोठा राग होता. हायर ॲथॉरिटीज् वगळता खुद्द मेमसाबही त्याला 'साहेब' म्हणूनच हाक मारीत असत. आणि असे असता एक कैदी आपल्याला नावाने हाक मारतो म्हणजे काय? नुसत्या विचारानेच ग्लाडसाहेब अस्वस्थ झाला.

पण त्या नक्षलवाद्यावर संतापण्यात फारसा अर्थ नव्हता. साहेब जेवढा तिरका वागे त्याच्या दसपट तो तिरका वागे. साहेबाच्या आवाजाने यार्ड दुमदुमला तर नक्षलवाद्याच्या आवाजाने तुरुंग दुमदुमे. बरे, वर पुन्हा जिवावर उदार झालेला, फाशीची शिक्षा होऊनही तीन महिन्यांत चार पौंड वजन वाढलेला कैदी मृत्यूचीही तमा न बाळगणारा, मारहाणीला काय भिणार? उलट त्याच्या अंगावर हात टाकायची आता साहेबालाच मनातून भीती वाटू लागली होती. हाताखालचे सारे जेलर, हवालदार त्याला फितूर असल्याचा साहेबाचा संशय होता. ग्लाडसाहेब वगळता इतर कुणाशीच - अगदी वॉर्डर - वॉचमनशीही नक्षलवाद्याचे वैर नव्हते. उलट चांगली मैत्रीच होती. सीनियर जेलरशी नक्षलवादी तास न् तास गप्पा मारीत असतो अशी कुणकूणही साहेबाच्या कानावर होतीच.

''एकदा तरी साल्याची हाडे खिळखिळी करीनच!'' गार्डनचेअरमध्ये झोके घेत साहेब स्वत:शीच पुटपुटला. एवढ्यात फोन खणखणला. सीनियर जेलर बोलत होता :

''सर, कैदी नंबर आठसो बयालीस, वीरभूषण पटनाईक याचे अपील सुप्रीमने फेटाळले नि डेथ सेंटेन्स कन्फर्म केली.''

सुप्रीमचा डिसीजन ऐकून ग्लाडसाहेब हरखून गेला, आणि ब्रेकफास्टमध्ये स्लाइसला भरपूर बटर फासण्याविषयी त्याने हुकूम दिला!

ग्लाडसाहेबाचा साराच खाक्या और. ग्लाडसाहेबाचा ब्रेकफास्टदेखील अगदी एखाद्या ओल्या डिनरसारखा. तासभर नुसत्या ब्रेकफास्टने घेतला. मग साहेबाने आपली खाकी वर्दी चढवली. अधिकाऱ्याच्या त्या कपड्यांत ग्लाडसाहेबासमोर कळिकाळही चळचळा कापला असता. पण तो नक्षलवादी...!

'बरं झालं, डेथ सेंटेन्स कायम झाली. त्या नक्षलवाद्याचं चिवट 'मोराल' आता डळमळलं असेल. हीच ती वेळ जेव्हा नक्षलवाद्याला नेहमीच्या थाटात सोल फाटेपर्यंत बुटानं तुडवून काढता येईल.' साहेबाने स्वत:शीच विचार केला अन् तो ताड् ताड् तुरुंगाकडे चालू लागला.

पाखरांची किलबिल एकदम शांत झाली. रस्ता निर्मनुष्य झाला. काळ्याशार डांबरी रस्त्यावर पावले खाड् खाड् वाजू लागली. गार्ड-ड्यूटीवरले हवालदार अटेन्शनमध्ये उभे राहिले. मेन गेटचे दरवाजे करकरले...

साहेब ऑफिसमध्ये येताच फाशी गेटचा जेलर अदबीने पुढे सरसावला. नक्षलवाद्याला डेथ सेंटेन्स सुप्रीमने कन्फर्म केली असल्याचे सांगितले म्हणाला. मग ग्लाडसाहेबाने खणातून चार कागद काढले. नक्षलवाद्याला राष्ट्रपतीला दयेचा अर्ज करण्याची संधी देणे हे त्याचे काम होते; आणि साहेब स्वत:च फाशी गेटकडे निघाला.

नेहमीच्याच थाटात गजाला टेकून उभ्या असलेल्या नक्षलवाद्याने ग्लाडसाहेबाला पाहिले नि नेहमीचेच मंद स्मित करीत विचारले,

"हॅलो, मिस्टर ग्लाड, हाउ आर यू?"

"हॅलो, कैदी नंबर आठसो बयालीस!"

आपला आसुरी तिरस्कार व्यक्त करीत ग्लाडसाहेब गडगडला,

"कैदी नंबर आठसो बयालीस... तू एकशे बारावा - ज्याला मी हँग करणार. हा: हा: हा: .... तुला हँग करायला इतकं आवडेल म्हणतोस! तुझा जीव जाता जायचा नाही. फासाच्या दोराला तडफडत तडफडत लोंबकळशील. तुला तडफडताना पाहून मला इतकं बरं वाटेल... खुशी होगी-खुशी."

आपल्या घाऱ्या डोळ्यांत रानमांजराचे क्रौर्य आणीत ग्लाडसाहेब आरडत ओरडत होता. एखाद्या हिस्टेरिया झालेल्या माणसासारखा.

"यू ट्रेटर! नक्सलाइट! फाशीच्या कोठडीत शिरताना कसं काय वाटेल तुला?" ग्लाडसाहेबाने विचारले.

चेहऱ्यावर तीच विरागी शांती नि स्मित कायम ठेवीत नक्षलवाद्याने उत्तर दिले,

"उंच शिखर असलेल्या चर्चमध्ये शिरतोय आपण असं वाटेल."

नक्षलवाद्याच्या या उत्तराने ग्लाडसाहेबाच्या हिरव्या डोळ्यांतले रानमांजराचे क्रौर्य अलगद ओसरले नि त्याची जागा शेवाळ धरलेल्या सरोवराच्या संथ पाण्याने घेतली. ग्लाडसाहेब क्षणभर नि:स्तब्ध झाला नि मग खिशातून कागद काढून नक्षलवाद्याच्या हातात कोंबत खालच्या आवाजात म्हणाला,

"यू कॅन राइट युवर मर्सी-पिटिशन टु दि प्रेसिडेंट ऑफ इंडिया."

ग्लाडसाहेबाने हातात कोंबलेला कागद नक्षलवाद्याने एकदा खालीवर करून पाहिला. मग शांतपणे त्याची नीट घडी घातली आणि ती घडी ग्लाडसाहेबाच्या खिशात घालून, साहेबाची छाती थोपटत नक्षलवाद्याने साहेबाला सांगितले —

"कीप इट विथ यू, मिस्टर ग्लाड. मला हँग केल्यानंतर प्रमोशनचा अर्ज करायला उपयोगी पडेल!"

वस्तुत: नक्षलवाद्याने केलेल्या या अपमानाने ग्लाडसाहेब चवताळायला पाहिजे होता. पण तो बावचळला. काल रात्री घेतलेली अजून उतरली नाही की काय या भावनेने त्याने स्वत:ला चिमटा काढून पाहिला.

फाशी झाल्यावर कैदी कसा आपल्या पायांवर कोलमडून पडला पाहिजे. पण हा साला स्वत:च्याच मिजाशीत. ग्लाडसाहेबाने एकदा तोंड चोळले नि नक्षलवाद्याला बजावले,

"यू सी, आठच दिवसांची मुदत आहे. तुझा अहंकार संपेल तेव्हा वेळ टळली नसेल याची काळजी घे."

आणि बऱ्याच महिन्यांनी नक्षलवाद्याला भेटूनही न संतापता, न चिडता ग्लाडसाहेब फाशी गेटच्या बाहेर पडला.

उन्हाची तिरीप बिनदिक्कत बेडरूममध्ये शिरली आणि ग्लाडसाहेबाच्या चेहऱ्यावर जाऊन पडली. ग्लाडसाहेबाने डोळे घट्ट मिटून प्रकाशाला दूर करायचा प्रयत्न केला, पण वाढते ऊन बेटे ऐकेच ना. तेव्हा मग ग्लाडसाहेबाने डोळे किलकिले केले. सूर्य आता कौलांवर चढायचाच तेवढा बाकी राहिला होता आणि झोपमोड केल्याबद्दल सूर्याला सस्पेंड करणे काही ग्लाडसाहेबाच्या हाती नव्हते. मग चरफडत उठणे ग्लाडसाहेबाला भाग पडले.

ग्लाडसाहेबाने चूळ बाहेर फेकली आणि नाइट गाउनचा पट्टा आवळीत खानसाम्याला चहा आणण्याविषयी फर्माविले. मग निवान्तपणे टाइम्समध्ये तोंड खुपसले. तोंडासमोर टाइम्स धरून चहा घेता घेता आज जेलमध्ये जाताच कसा काय दरारा निर्माण करावा, आज कोणाच्या पाठीवर दंडा मोडावा, कोणा जेलरला फैलावर घ्यावे याचा विचार करीत बसणे हा साहेबाचा लाडका छंद होता.

ग्लाडसाहेब आपल्याच विचारात दंग होता. तोच शिपायाने येऊन डिस्टर्ब केले. कोणा कैद्याची बायको भेट मागायला आलीय म्हणून म्हणाला. साहेबाने तिला तसेच ताटकळत ठेवायला सांगितले आणि ग्लाडसाहेब पुन्हा विचारात दंग झाला....

तसे पाहता फाशी झालेल्या कैद्याला तुडवून काढण्याचा ग्लाडसाहेबाचा प्रघात नव्हता. त्यामागे मोठी माणुसकीची भावना होती असेही काही नव्हते. फाशी झालेला कैदी मुळातच इतका खचून गेलेला असे की, ग्लाडसाहेबाने नुसता आवाज चढवला तरी साहेबाच्या पायाशी तो लोळण घेई. पण हा नक्षलवादी...?

"साला भलताच उद्दाम दिसतोय. मर्सी-पिटिशन करायलाही रिफ्यूज करतो, म्हणजे काय?" ....सवयीने पाने उलटत साहेब स्वत:शीच पुटपुटला. पण खरे तर नक्षलवाद्याने मर्सी-पिटिशनला नकार दिल्याने ग्लाडसाहेबाच्या मनात कोठे तरी त्याच्याविषयी किंचित् आदराची भावना निर्माण झाली होती. तरी पण एकदा तरी साल्याला सोल फाटेपर्यंत बुटाने तुडवून काढण्याचा स्वत:चा पणही साहेब विसरलेला नव्हता.

नक्षलवाद्याला कसा तुडवावा आणि मुळात म्हणजे तुडवावाच की नाही यावर साहेब बराच उलटा सुलटा विचार करीत असताना शिपायाने पुन्हा येऊन डिस्टर्ब केले. तेव्हा साहेब चरफडत उठला. बाहेर जाऊन आलेल्या बाईला दम देऊन पिटाळून लावावे या हेतूने साहेब ताड् ताड् करीत व्हरांड्यात आला....

कधीकाळी जिचा चेहरा अतिशय गोड असावा अशी एक पंचविशीची तरुणी, नजरेत थिजलेले दु:ख, आणि चेहऱ्यावर मेलेली उदासीनता घेऊन उभी होती. साहेबाला पाहताच ती कडेवरच्या पोराला सांभाळत पाय ओढीत ग्लाडसाहेबापुढे आली आणि 'माझ्या नवऱ्याला फाशी झालीय. कैदी नंबर आठसो बयालीस, वीरभूषण पटनाईक याला भेटायला शंभर मैलांवरून पायी चालत आलीय' म्हणाली. आज सेकंड सॅटरडेची सुट्टी असल्याने भेट देणार नाही असे सीनियर जेलरने सांगितल्याचे सांगितले. आणि कशीही करून भेट करून द्या अशी विनंती करू लागली...

कायद्याप्रमाणे कायदा आणि फायद्याप्रमाणे कायदा हे दोनच खाके पाठ असलेल्या ग्लाडसाहेबाने मुद्दाम तिच्यावर मेहेरनजर करायची काहीच गरज नव्हती. पण ग्लाडसाहेबाच्या डोक्यात तेवढ्यात एक आसुरी भावना चमकून गेली... आणि दुपारपर्यंत जेलच्या दरवाजासमोर वाट बघत बसायला त्याने तिला फर्माविले.

मध्यान्हीचे ऊन रणरणत होते. जेलच्या मेन गेटसमोरील व्हिजिटर्स रूम बंद होती. पैशाअभावी अनवाणी पायाने चालत आलेली नक्षलवाद्याची बायको पोराला पदराच्या आडोशाखाली घेऊन उन्हापासून वाचवायचा केविलवाणा प्रयत्न करीत होती. सूर्य डोक्यावर आला तेव्हा उभे राहणेही तिला जमेना. पण बसायलाही कोठे जागा नव्हती. अधून-मधून उन्हाची झळ येई.... येताना धुळीचे लोट घेऊन येई. तिच्या घशाला कोरड पडली. त्यात पोटात अन्नाचा कण नाही. मग पाणी मागायला ती मेन गेटपाशी आली आणि मेन गेटच्या जमादाराला तिने पाणी मागितले. पण एव्हाना बंगल्यावरून ग्लाडसाहेबाची, बाई नक्षलवाद्याची बायको असल्याची सूचना मेन गेटच्या जेलरला आली होतीच. तिने पाणी मागताच मेन गेटचा जेलर खेकसला —

"ही काय पाणपोई आहे काय? जेल आहे जेल. हो चालती! साहेब आल्यावर भेट मिळेल, नसती भुणभुण नकोय."

बाई अपमानित होऊन मागे फिरली. उन्हाच्या झळा असह्य होऊन तिच्या

खांद्यावरले पोर टाहो फोडून रडू लागले. मग बऱ्याच वेळाने रडून रहून ग्लानी येऊन झोपी गेले...

चांगले चार वाजायला आले तसा ग्लाडसाहेब सावकाश उठला. त्याने आपली अधिकाराची वर्दी चढवली नि अंगात गुर्मी आणून तो खाड् खाड् चालू लागला.

पाखरांची किलबिल एकदम शांत झाली. रस्ता निर्मनुष्य झाला. काळ्याशार डांबरी रस्त्यावर पावले खाड् खाड् वाजू लागली. गार्ड-ड्यूटीवरल्या शिपायांनी सलामी दिली. मेन गेट करकरत उघडले आणि ग्लाडसाहेबाने तुरुंगात पाऊल टाकले.

मेन गेटचा जेलर अदबीने पुढे येऊन उभा राहिला. गव्हर्नमेंटच्या खास इन्स्ट्रक्शनप्रमाणे नक्षलवाद्याला जाळीतून नव्हे तर सुपरिटेंडेंटच्या खोलीत व्हिजिट घ्यायची होती. तो काय बोलतो... कोणाशी बोलतो याचा रिपोर्ट घ्यायचा होता. ग्लाडसाहेबाने बराच विचार केला, आणि नक्षलवाद्याला दोरखंडांनी बांधून घेऊन यायचा हुकूम केला. वस्तुत: नक्षलवाद्याला हातापायांत दंडाबेडी होतीच. वर पुन्हा दोरखंडाने त्याला बांधायची काही गरज नव्हती. पण नक्षलवाद्याला त्याच्या बायकोसमोर जास्तीत जास्त अपमानित करून मग तुडवून काढायचा ग्लाडसाहेबाचा विचार होता. काही झाले तरी नक्षलवाद्याला तुडवून काढल्याशिवाय ग्लाडसाहेबाला सुखाची झोप ही आलीच नसती...

मेन गेटच्या जमादाराने नक्षलवाद्याच्या बायकोला आत घेतले. ती आली नि उभी राहिली. ग्लाडसाहेबाने तिला बसायला खुर्ची देण्याविषयी हवालदाराला फर्माविले. इतर काहीही असले तरी, गोऱ्या साहेबाचे स्त्रीदाक्षिण्य ग्लाडसाहेबाच्या रोमारोमांत पुरते भिनलेले होते हे खरे. मग साहेब विचार करू लागला... काय कुरापत काढावी, कसा त्या नक्षलवाद्याला भडकवावा, आणि मग कसा काय तुडवावा? साहेबाने एकवार समाधानाने बेल्टवरून हात फिरवला. नेहमीचा कापडी बेल्ट न चढवता साहेब मुद्दाम लेदरचा बेल्ट चढवून आला होता. कोणाला तुडवायचे असेल तर लेदर बेल्ट जास्त चांगला...

खण्ण् खण् खण्ण् खण्...

पायांतली दंडाबेडी आवरीत नक्षलवादी ग्लाडसाहेबाच्या ऑफिसात आला. बायकोला पाहताच त्याच्या चेहऱ्यावरून आनंद ओसंडला. मग बराच वेळ ती दोघे अबोल राहिली. थोड्या वेळाने नक्षलवाद्याच्या बायकोलाच परिस्थितीचे भान आले. तिने पाहिले, दंडाबेडीने नक्षलवाद्याच्या नडगीला जखमा झाल्या

होत्या. त्यातून रक्त वाहत होते. तिने ग्लाडसाहेबाला विनंती केली...

"मि. ग्लाड, यांना खुर्ची मिळेल का बसायला?"

ग्लाडसाहेबाच्या मस्तकाची शीर तडकली. ही बाईदेखील मिस्टर ग्लाड म्हणते. साहेब म्हणत नाही. ग्लाडसाहेब एकदम ओरडला...

"कैद्याला खुर्ची द्यायचा कायदा नाही. जेल आहे हा. सिनेमा-थिएटर नाही." ग्लाडसाहेबाच्या उत्तराने संतापून नक्षलवाद्याच्या बायकोने ओठ दाबले. तोच नक्षलवादी तिला म्हणाला,

"वेडी कुठली, असंस्कृत माणसाकडून शिष्टाचाराची कसली अपेक्षा करतेस?"

नक्षलवाद्याच्या या बोलण्याने ग्लाडसाहेब खवळला नि त्याने ड्रॉवरमधून रूळ काढला. तोच नक्षलवाद्याने बायकोला विचारले,

"माझ्यासाठी मर्सी-पिटिशन करणार आहेस?"

त्यावर करारी बाण्याने ताडकन् ती उत्तरली...

"कधीही नाही; जीव गेला तरी हरकत नाही. जुलम्यांपुढे गुडघे का म्हणून टेकायचे?"

ग्लाडसाहेबाच्या गालावर खाडकन् वळ उमटले. साहेबाचे डोके बधिर झाले. पायाखालची जमीन दुभंगली. चार 'गेस्टापो' माराला गॅस-चेंबरमध्ये कोंबायला फरफटत नेत होते. ग्लाड त्यांच्या पायावर लोळण घेत होता. नेहमी ग्लाडपुढे अधोमुख उभ्या राहणाऱ्या त्याच्या मरियमने-माराने - चवताळून जाऊन एकदम ग्लाडसाहेबाच्या मुस्कटात मारली आणि विचारले, "गेला माझा जीव तर हरकत नाही. पुरुष असून षंढासारखा या अत्याचाऱ्यांच्या पुढ्यात लोळण का घेतोयस?"

ग्लाडसाहेबाचा घसा आठवणीने कोरडा पडला, नि एकाएकी त्याचे सारे अंग भाजून निघू लागले. साहेबाने एकवार स्वत:कडे पाहिले नि कासावीस होत तो एकदम उभा राहिला. त्याच्या अंगावर थर्ड राइशचे कपडे होते. घाबरून जाऊन त्याने बाहेर पाहिले... गॅस-चेंबरमध्ये मारा तडफडत होती. ग्लाडसाहेबाला भोवळ येऊ लागली...

ग्लाडसाहेब धडपडत उठला. त्याला स्वत:चा तोल सावरत नव्हता. नक्षलवाद्याची बायको धावत पुढे आली आणि ग्लाडसाहेबाला सावरीत तिने विचारले.

"व्हॉट हॅपण्ड, मिस्टर ग्लाड? ..."

ग्लाड तिच्या तोंडाकडे वेड्यासारखा पाहातच राहिला. मग एकदम आवेगाने तिचे खांदे गदगदा हालवत ओरडला,

''व्हाय डू यू हेट मी माय डियर? व्हाय डू यू हेट मी? आय ॲम नॉट थर्ड राइश. आय ॲम नॉट थर्ड राइश...''

मग ग्लाडसाहेब एकदम शांत झाला. त्याच्या चेहऱ्यावरून घामाच्या धारा वाहत होत्या. त्याच्या पायाला कंप सुटला होता. झाल्या प्रकाराने दिङ्मूढ झालेला मेन गेटचा जेलर बावळटासारखा नुसता उभा होता. ग्लाडसाहेबाने त्याला फर्माविले.

''यांची भेट चालू राहू दे!''

आणि खुरडत खुरडत ग्लाडसाहेब बंगल्याकडे चालू लागला. गेटवरल्या सेंट्रीला वाटले, आज दुपारीच साहेबाने भरपूर झोकलेली दिसते...

ग्लाडसाहेबाने बेडरूममध्ये येऊन अंग झोकून दिले. साहेबाचा जीव तडफडत होता. त्याला वाटत होते — केव्हाही रडू फुटेल. पण साहेब रडला नाही... नुसता तळमळत राहिला, तडफडत राहिला.

तासभर गेला नि फोन खणखणला. मेन गेटचा जेलर बोलत होता; ''सर, अजून कैद्याची मुलाखत संपत नाहीय.''

ग्लाडसाहेबाने घोगऱ्या आवाजात सूचना दिली... ''बंदीपर्यंत मुलाखत चालली तरी हरकत नाही. तुम्ही बाहेरच बसा. दोघांना मोकळेपणी बोलू द्या.''

ग्लाडसाहेबाने रिसीव्हर खाली ठवला आणि सेफचा लॉकर उघडला. थरथरत्या हाताने त्याने माराची फोटोफ्रेम बाहेर काढली. एकवार गालावर कुरवाळून तिचे चुंबन घेतले, नि ग्लाडसाहेब जिना उतरला...

दिवाणखान्यातल्या पियानोवरचे धुळीने मेंचट झालेले आवरण काढून फेकले, नि पियानोवर माराची फोटोफ्रेम ठेवून नुसता पाहात बसला.

उन्हे उतरली. बंदीचे टोल पडले. साहेबाने बाहेर पाहिले. नक्षलवाद्याची बायको कडेवरच्या पोराला सावरीत परत निघाली होती, आणि साहेबाचा जीव कळवळला. एकदम ओरडून त्याने शिपायाला बोलावले. शिपाई समोर उभा राहताच खिशातून चार-पाच नोटा काढून त्याच्या हाती देत साहेबाने हुकूम केला,

''ती बाई चाललीय ना, तिला नेऊन दे —''

शिपायाने पाठ फिरवली. तोच साहेब म्हणाला, ''ए... मी दिलेत म्हणून सांगू नको. कैद्याला नव्या नियमाने देण्यात येणारा भत्ताय म्हणून सांग नि तिच्याकडून पावती घे.''

शिपाई सलाम ठोकून निघून गेला आणि साहेबाला जाणवले, त्याच्या छातीवरचे ओझे एकदम कमी झाले होते. साहेबाच्या तोंडावरून बऱ्याच वर्षांनी पुण्यकर्म केल्याचे सात्त्विक तेज ओसंडू लागले. नि नकळत ग्लाडसाहेबाची बोटे पियानोवर नाचू लागली.

बऱ्याच वर्षांनंतर राजमहेंद्री सेंट्रल जेलच्या सुपरिटेंडेंटच्या बंगल्याच्या भिंतींना संगीताचे सूर ऐकायला मिळाले!

मेंदी लावून लावून मिशा-केसांना चिरतरुण ठेवू पाहणारा फाशी गेटचा वेंधळा जमादार मनाने मात्र सदा जवानच होता. तो वेंधळा होता हा एक भाग सोडला तर खरे तर तो भारताचा ड्यूस नाही तर हिटलरच व्हायचा. युद्ध आणि प्रेम यांविषयीची आस्थाच त्याची जबर. पण एका ग्लाडसाहेबाने घात केला नि भारताचा तो ड्यूस राजमहेंदी सेंट्रल जेलच्या फाशी गेटचा वेंधळा जमादार झाला!

खण् खण्... खण्ण् खण्....

दूरवरून दंडाबेडीचा आवाज येऊ लागला. वेंधळा जमादार पाठीवर हात बांधून कुऱ्यांत उभा राहिला. मेन गेटचा हवालदार दोन वॉर्डरांबरोबर नक्षलवाद्याला फाशी गेटमध्ये घेऊन आला नि 'जमादारसाहेबां'ना सलाम ठोकून त्यांच्या हाती कैदी सोपवून परत फिरला.

— ''क्यों प्यारे, मिले अपने गुलबदनसे?''

वेंधळ्या जमादाराने थोडासा चवचाल प्रश्न केला. नक्षलवाद्याने थोडेसे दुर्लक्ष करीत होकारार्थी मान हालवली आणि आपल्या कोठडीत पाऊल टाकले. पण जमादाराने दाणकन् दरवाजा आपटून ताला ठोकला नाही. तो स्वत:च दरवाजात येऊन उभा ठाकला आणि स्वत:च्या मेंदाळ मिशीतला एक केस उपटीत विचारपूर्वक नक्षलवाद्याला म्हणाला,

''प्यारे, एक बात बताता हूँ...

''सो तो कहानी पुरानी हे... मगर नुस्खा नया... नुस्खा ये है की, मौत से कभी शरमाओ मत और अपने गुलबदनसे कुछ छुपाओ मत!''

आपल्या स्टँडर्ड लष्करी हिंदीत वेंधळ्या जमादाराने 'सो तो पुरानी कहानी' सांगायला सुरुवात केली...

''मुझे कहनेमें बडा फर्क है, तब मैं अपनी डिव्हिजन ले के ऑबिसिनियामें रोमेलसे लड रहा था । ऐसी धुलाई कियी है मैंने उसकी, ऐसी पिटाई कियी मैंने उसकी... खैर ।

"अपने डिव्हिजन के जवानों के साथ मैं अक्सर प्यार के और दोस्तीके तालुकात रखता था । मेरी बवर्जी थोडा शर्मीला था । एकदम जवान लौंडा था । बहरहाल शादी हुई और उसे फ्रंटपे आना पडा । घरको हरदम हर वख्त चिट्ठियाँ ही भेजा करता था । मगर उसमें कमी ये थी की, खुदके बाप को वह बहुत डरता था । खत अक्सर मेरे हाथों लिखा करता था । अनपढ था । गँवार था । तो बात चली है उसके खतोंकी । मैंने उसे बार बार पूछा, 'भई, नयी नयी शादी हुई है तुम्हारी.... बीबीको कुछ लिखोगे, भेजोगे तो सही ।'

"— बस, वो खामोश रहता था । जबाब ही देता नहीं था । एक दिन रात मैं भिशी में उसे खत लिखकर दे रहा था, तो अचानक दुष्मन का हमला हुआ । एक शेल आ के बराबर भिशीमें गिरा और शेलके दो टुकडे सीधे उसके सीनेमे गये । मैं तो जान गया कि, ये तो अभी बचेगा नहीं । फिर भी मैंने उसको कहा... 'डरो मत,' तो तुरंत उसने जवाब दिया... 'यहाँ कौन डरता है? बाप होगा तो अपने घरका । तुम लिख दे.... अंबू, मैं तुझसे बहोत प्यार करता हूँ । मैंने तुम्हारे लिये छुपके छुपाये कंगन बनवाये हैं । बनवारी के पास रखे हैं... मैं बहुत चाहता हूँ तुझको । तुम्हारे सिवा दुनिया वीरान लगती है । ...'

"... और बेचारी की दुनिया वीरान हो गयी ।"

सांगता सांगता रोमेलशी टक्कर देणाऱ्या वेंधळ्या जमादाराची छाती भरून आली, नाक चोंदले, हृदय गदगदले आणि तो चूप बसला.

मग बऱ्याच वेळाने कैदी कपड्याचा बनवलेला वारभर लांबीरुंदीचा रुमाल त्याने पाटलोणीच्या खिशातून काढला. फेंदरून फेंदरून नाक साफ केले, हळूच चोरून डोळे पुसले आणि घसा साफ करीत तो नक्षलवाद्याला म्हणाला,

"तो प्यारे, मैं कहेना ये चाहता हूँ...

"मरने के पहिले अगर तुझे कुछ प्यारबिर के खत लिखनेके हैं तो लिख ले। जवान बीबी है तुम्हारी । बेचारी को उन्ही खतों का जिंदगी में आसरा होगा । तुम्हारे खत मैं बाहरसे पोस्ट करवाऊँगा । यहाँ सेन्सॉर नहीं होने दूँगा । आखिर पोलिटिकल आदमी हो तुम । सुना है तुम लीडर लोग कहाँ स्वित्झरलँड की बँकोमे पैसा छुपाकर रखते हो । तुमने भी कहाँ रखे होगे तो बिबी को लिख दो। बेचारी को उतना ही आसरा हो जाएगा । डरो मत, मैं तुम्हारे लेटर पढ़ूँगा नहीं, किसीसे चुगली भी नहीं करूँगा..."

अखेर राष्ट्रभाषेचा आधार घेऊन सेकंड वॉरमध्ये झुंजलेल्या वेंधळ्या जमादाराने आपले मन मोकळे केले.

फाशी जाणाऱ्या त्या तरुण पोरासाठी याशिवाय आणखीन तो काय करू शकत होता?

सकाळी धड तोंडही धुवायला न मिळाल्याने डोळ्यांची चिपडे चोळीत आणि पाटलोणीच्या गुंड्या लावीत कसाबसा वेंधळा जमादार टाइमावर ड्यूटीवर येऊन हजर झाला...

''जमादारसाब...'' नक्षलवाद्याने त्याला हाक मारली.

आल्या आल्या ही काय कटकट-असे वाटून जमादार खेकसला, ''क्या हे बे?''

''जमादारसाब, मैंने आप का कहना मान लिया है ।'' नक्षलवाद्याने उत्तर दिले.

आपलेही कोणी ऐकते तर, या खुशीत वेंधळा जमादार नक्षलवाद्याच्या पुढ्यात जाऊन उभा राहिला नि म्हणाला,

'बोलो प्यारे —''

''ये लेटर है, मेरे बीबी के नाम ।'' नक्षलवाद्याने त्याच्या हाती पत्र ठेवीत सांगितले. जमादाराने हातातल्या हातात ते तोलले, नि कोणी बघत नाही हे पाहून पटकन टोपीच्या आत टाकले नि तो म्हणाला,

''बहुत हल्का है । मैं समझा तुम बहुत बडा लंबा खत लिखोगे । इतने हल्के खत में पूरा प्यार कैसा लिखा?'' जमादाराने विचारले.

''उसका ऐसा है जमादारसाहेब, प्यारका कभी बोझ नहीं होता!'' नक्षलवाद्याने चोरट्या आवाजात हळूच उत्तर दिले.

वेंधळा जमादार ख्यॉं ऽ ऽ ख्यॉं ऽ ऽ करून हसला नि त्याने नक्षलवाद्याच्या पाठीवर थाप मारली. जमादाराचे हसणे थांबलेले पाहून बोलायला नक्षलवाद्याने तोंड उघडले, तो पुन्हा वेंधळा जमादार हसू लागला. आठवून आठवून हसू लागला. पुन्हा पुन्हा हसू लागला. बराच वेळ वेंधळा जमादार नक्षलवाद्याच्या विनोदावर नुसता हसतच राहिला. पोट धरधरून हसतच राहिला.

बऱ्याच वेळाने एकदाचे त्याचे हसणे थांबले नि नक्षलवाद्याने बोलायला सुरुवात केली,

''देखिये जमादारसाब, ये तो हुआ लव लेटर । आपके हाथ सौंप दिया । अभी मुझे मेरी वसियत लिखने की है ।''

"वसियत याने क्या, बच्चे?" जमादाराने अजागळ प्रश्न केला.

"वसियत याने, मैं मेरी जायदाद लिखकर देना चाहता हूँ ।" नक्षलवाद्याने उत्तर दिले.

"मालदार हो?" जमादाराचा आणखी एक मूर्ख प्रश्न.

"बहुत! ये इतना माल है अपने पास." स्वत:कडे बोट दाखवीत नक्षलवाद्याने उत्तर दिले.

"तो किसी वकील को बुलवाना पडेगा." जमादार चिंतेत पडला.

"जी नहीं; सिर्फ बडे साबको बुलवाना पडेगा." नक्षलवाद्याने उत्तर दिले.

"तो रिपोट करना पडेगा." जमादार स्वत:शीच पुटपुटला नि मेन गेटकडे चालू लागला.

सीनियर जेलरच्या लेखी वेंधळा जमादार म्हणजे नुसता एक न्यूसन्स होता. त्याला समोर पाहूनच सीनियर साहेबाची शीर तडकली.

'क्या है?" सीनियरने त्रासिकपणे प्रश्न केला.

"साब, वो नक्षलवादी वसियत लिखके देना मांगता है!"

जमादाराने उत्तर दिले.

सीनियर जेलरने वेंधळ्या जमादाराला आपादमस्तक न्याहाळले नि पुन्हा पुन्हा खोचून खोचून विचारले. पण या वेळी आपण निश्चित योग्य ते नि बरोबर तेच बोलतो आहो या ठामपणे वेंधळ्या जमादाराने पुन्हा पुन्हा ठासून सांगितले.

"बडे साबके सामने नक्षलवादी जायदाद लिखवाके देना मांगता है ।"

सीनियरला ऐकून मोठे नवल वाटले. ज्याच्या नावे एकूण फक्त एक रुपया अठ्ठावीस पैसे इतकी किरकोळ रक्कम जमा होती, नि ज्याला सेशनमध्ये सरकारी वकिलावर अवलंबून राहावे लागले, ज्याची बायको अनवाणी चालत आली, तो नक्षलवादी मृत्युपत्र करू म्हणत होता! सीनियरने आश्चर्याने खांदे उडवले नि डोक्यावर कॅप चढवून तो ग्लाडसाहेबाच्या ऑफिसात दाखल झाला.

"सर..."

सीनियरची चाहूल लागून ग्लाडसाहेबाने डोके वर उचलले.

"सर, कैदी नंबर आठसो बयालीस, वीरभूषण पटनाईक, फाशी जाण्यापूर्वी मृत्युपत्र लिहून देऊ मागतो!" सीनियरने साहेबाला इन्फॉर्म केले.

"जा... त्या दळभद्र्याला विचारा, म्हणावं तुला विलची काय गरज? तुला टांगल्यावर तुझा थाली-पॉट भट्टीखान्यातच जमा होणार आहे. घरी नाही पाठवता येणार म्हणावं..." ग्लाडसाहेबाने तिरसट तुच्छतेने उत्तर दिले.

सीनियर सॅल्यूट ठोकून माघारी वळला आणि नक्षलवाद्याकडे अधिक चौकशी करायला फाशी गेटकडे चालू लागला...

सीनियर निघून गेला नि ग्लाडसाहेबाचे मन त्याचे त्यालाच खाऊ लागले. साहेबाला नक्षलवाद्याच्या बायकोच्या पायाच्या भेगा आठवल्या, आणि मग स्वतःचे वाईट दिवस आठवले. आपण नक्षलवाद्याच्या दारिद्र्यावर बोट ठेवायला नको होते असे साहेबाला मनोमन वाटले. पण अविचारीपणे साहेबाच्या तोंडून शब्द निघून गेले होते. आता तेच शब्द वाहणे साहेबाला भाग होते. आपल्याच शब्दांचे ते ओझे साहेबाला फार जड वाटू लागले. साहेब मनोमन अस्वस्थ झाला. त्याचे कामावरचे लक्ष उडाले.

तासभर लोटला नि सीनियर परतला. एक चिंतातुर सॅल्यूट ठोकून साहेबाला म्हणाला,

"सर, नक्षलवादी प्रेसिडेन्टला उद्देशून मृत्युपत्र लिहीन म्हणतो!"

"काय?" खुर्चीवरून ताड्कन उठत ग्लाडसाहेबाने विचारले.

"येस सर..." सीनियरने पुन्हा माहिती दिली. "नक्षलवादी म्हणतोय, त्याला फासावर चढवून मारू नये. त्याच्या शरीराचे एकेक अवयव काढून घेऊन गोरगरीब रुग्णांना गरजेप्रमाणे द्यावेत. त्यासाठी राष्ट्रपतीला उद्देशून त्याने विलचा मसुदा करून ठेवला आहे!"

ग्लाडसाहेब स्तंभित झाला! मग बराच वेळ उलट-सुलट विचार करून त्याने हुकूम केला, "ऑफिस टाईमिंग संपताच टायपिस्टला घेऊन फाशी गेटमध्ये चला. माझ्यासमोरच डिक्टेट कर म्हणावं विल. साला काही उलटं सुलटं लिहील तर चामडी काढीन त्याची."

सीनियरने मान वाकवून हुकमाचे जू उचलले नि तो चालू लागला.

ऑफिस टाईमिंग संपले. बत्तीखान्यात चार-सहा डझन कंदील पुसत स्वच्छ होऊन पेटू लागले. यार्डा-यार्डात बंदीची धावपळ चालू झाली नि मेन गेटमधून दोन वॉर्डर डोक्यावर टेबल, खुर्ची, स्टूल टाकून फाशी गेटकडे चालू लागले. एका हवालदाराने खांद्यावर टाइपरायटर टाकीत त्यांची पाठ धरली.

बंदीचे टोल पडले नि फाशी गेटचा जेलर, सीनियर जेलर, दोन हवालदार, चार वॉर्डर, एक टायपिस्ट अशी पलटण घेऊन ग्लाडसाहेब फाशी गेटकडे चालू लागला. साहेबाने फाशी गेटमध्ये पाऊल टाकले नि वेंधळा जमादार त्याची काहीही चुकी नसताना घाबरून गेला. कधी न घडणारा कसला तरी अघोर प्रसंग फाशी गेटमध्ये घडतोय असे त्याला वाटू लागले.

साहेब नक्षलवाद्याच्या कोठडीसमोर येऊन उभा राहताच त्याने गडबडीने ताला खोलला. फाशी गेटच्या जेलरने हुकूम केला नि वॉर्डरांनी टेबल, स्टूल, खुर्ची कोठडीत नेऊन ठेवली. टायपिस्टने चार लेजरपेपर टाइपरायटरमध्ये घातले नि बोटे रेडी करीत स्टुलावर बैठक मारली.

''हॅव ए सीट मिस्टर ग्लाड.'' नक्षलवाद्याने साहेबाला खुर्चीत बसण्याची विनंती केली. पण साहेबाने मानेनेच नकार दिला नि तो दरवाजासमोरच उभा राहिला...

''कॅन आय डिक्टेट नाउ?'' नक्षलवाद्याने प्रश्न केला.

''या ऽ!'' साहेब तोंडातल्या तोंडात पुटपुटला.

मग नक्षलवादी गुडघे जवळ घेऊन भिंतीला टेकून बसला, आणि छताच्या पिवळा प्रकाश प्रकाशणाऱ्या दिव्याकडे नजर लावून सांगू लागला...

टायपिस्टची बोटे चालू लागली...

❖

"भारताच्या आजच्या भांडवलदारी सरकारच्या नामधारी राष्ट्रप्रमुखास, राष्ट्रपतीस देण्यासाठी —

महोदय,

राजमहेंद्री मध्यवर्ती कारागृहात तुमच्या शासनाने दिलेल्या मृत्युदंडाच्या शिक्षेची वाट पाहात असलेला मी कैदी नंबर आठसो बयालीस वीरभूषण पटनाईक पुन्हा एकवार अभिमानाने जाहीर करतो की,

मी कम्युनिस्ट आहे. मार्क्सवाद, लेनिनवाद आणि चेअरमन माओच्या शिकवणुकीवर माझी दृढ निष्ठा आहे. आणि माझ्या जनतेची, तुमच्या अन्याय्य आणि शोषित शासनाच्या जुवाखालून, केवळ सशस्त्र क्रांती करून, तुमचे सरकार उलथून पाडण्यानेच मुक्तता होईल याची मला खात्री आहे. आणि याचकरिता श्रीकाकुलमच्या आदिवासी विभागात मी आणि माझ्या सहकाऱ्यांनी जो क्रांतिकारक संघर्षाचा अयशस्वी प्रयत्न केला त्याचा मला सार्थ अभिमान वाटतो.

तुमच्या शस्त्रसज्ज सेनादलांनी आमच्या लाल क्रांतिकारकांच्या छोट्या गनिमी तुकड्यांचा केलेला पराजय हा नव्या इतिहासाला जन्माला घालीत आहे. झालेल्या पराभवाने मी किंवा माझे कॉम्रेडस् यांचे नीतिधैर्य बिलकुल खचलेले नाही. कारण, माणसाचा इतिहास केवळ उद्दाम विजयांनी नव्हे, तर समर्पित पराजयानेही सुरू झाला आहे... घडला आहे; हे आम्हांस ठाऊक आहे.

या क्रांतीच्या दशकाच्या अखेर माझ्या देशातील तुमची शासनसत्ता उलथून पडून कामगार वर्गाच्या अधिनायकत्वाखाली कष्टकरी जनतेची नवी लोकशाही प्रस्थापित होईल याचा मला दृढ विश्वास आहे. आणि म्हणूनच जनतेच्या विजयी लढाऊ विभागाचा एक घटक असलेला मी तुमच्याकडे प्राणांची याचना करीत नाही, - करणार नाही. तसे करणे म्हणजे कष्टकरी जनतेच्या लढाऊ सामर्थ्याचा अपमान, आणि तुमच्या शोषित, जुलुमी शासनसत्तेचा सन्मान केल्यासारखे होईल. तरी पण, तुमच्या न्यायालयाने दिलेली शिक्षाच तेवढी तुम्ही अंमलात आणावी...

त्यापेक्षा अधिक म्हणजे माझी संपत्ती तुम्ही हिरावून घेऊ नये अशी मी तुमच्याकडे मागणी करतो...''

जेलचा टायपिस्ट टकाटका बोलका मजकूर टाइप करीत होता. आपण काही वेगळा मजकूर टाइप करीत आहोत याची त्याला जाणीवही नव्हती. पण ग्लाडसाहेब मात्र कोठडीत गेला आणि खुर्चीत रेलून बसला. नक्षलवाद्याचे ते मृत्युपत्र त्याला सारखे खुणवत होते, हाका मारीत होते, - बघ, बघ, क्रांतिकारक असा असतो - असा असतो.

फाशी गेटच्या कोठडीतील मंद पिवळ्या प्रकाशात नक्षलवादी मात्र स्थितप्रज्ञपणे आपले मृत्युपत्र डिक्टेट करीत होता.

''मी कम्युनिस्ट आहे. आणि कम्युनिस्ट तत्त्वाप्रमाणे फक्त श्रमातूनच संपत्ती निर्माण होते यावर माझी विश्वास आहे. आणि म्हणूनच, श्रम करण्याचे साधन जे शरीर तेही माणसाच्या व्यक्तिगत संपत्तीचाच भाग आहे असे मी मानतो आणि म्हणूनच शरीर-संपदा ही माणसाची संपत्ती आहे व तिचा वारसा आपल्या वारसदारांना देणे हा तुमच्या कायद्याप्रमाणेही प्रत्येक नागरिकाचा अधिकार आहे, याकडे मी तुमचे लक्ष वेधू इच्छितो. आणि तेवढाच अधिकार तुम्ही मला द्यावा अशी मी मागणी करतो.''

टायपिस्ट निर्विकार टकाटका टायपिंग करीत होता. पण ग्लाडसाहेब मात्र नक्षलवाद्याच्या त्या जगावेगळ्या मृत्युपत्रात हरवून गेला होता.

''तुमच्या शासनसत्तेला केवळ माझे प्राण हवे आहेत. माझ्या जीवनाचे अस्तित्व तुम्हास पुसायचे आहे. माझी संपत्ती हिरावून घ्यायची नाहीय. मग मला फासावर टांगून आणि वर पुन्हा पोस्ट मॉर्टेम करून माझ्या शरीराची नासाडी तुमचे सरकार का व कशासाठी करते? अशा रीतीने माझ्या शरीराचा नाश झाल्यास मी माझी शरीरसंपदा कोणाच्याही उपयोगासाठी देऊ शकत नाही. आणि मी तर या समाजाचे, माझ्या कष्टकरी देशबांधवांचे काही देणे लागतो; व त्या देण्यातून मुक्त होण्यासाठी माझ्या शरीराचा प्रत्येक भाग त्यांच्या कामी यावा अशी इच्छा धरतो. म्हणून तुमच्या शासनाला मी विनंती करतो की...''

ग्लाडसाहेबाची वैरभावना मृत्युपत्रातील प्रत्येक अक्षरागणिक नष्ट होऊ लागली होती. नक्षलवादी सांगतच होता —

''मला फाशी देऊन व नंतर माझ्या मृत देहाचे पोस्ट मॉर्टेम करून माझे शरीर निकामी करू नये. मी जिवंत असतानाच वैद्यकीय सल्लागारांच्या सल्ल्याप्रमाणे माझ्या शरीरातून जास्तीत जास्त रक्त काढून घ्यावे, नंतर डोळे काढून घ्यावेत,

व मग असा प्रत्येक अवयव काढून घ्यावा — जो माझ्या जिवंत शरीरातून काढला असतानाच कामी येऊ शकेल. त्यानंतर आवश्यक व शक्य ते सर्व अवयव, आतडी, फुफ्फुसे, जठर, हृदय आदी भाग काढून घेतले जावेत; आणि या प्रक्रियेत जेव्हा माझा प्राण जाईल तेव्हा मी मेलो असे जाहीर करावे.''

ग्लाडसाहेबाने खिशातून व्हिस्कीचा पाइंट काढला व स्वत:च्या नकळत नक्षलवाद्याच्या समोर धरला. नक्षलवाद्याने मानेनेच नकार दिला तेव्हा साहेबाने व्हिस्की ओठांना लावली आणि नक्षलवाद्याच्या मृत्युपत्राकडे पुन्हा लक्ष एकाग्र केले.

''माणसाच्या कामी येऊ शकतील असे माझ्या शरीराचे सर्व भाग काढून झाल्यावर माझ्या उरलेल्या निकामी शरीराची, कोणाला काही त्रास होणार नाही अशा कोणत्याही मार्गाने विल्हेवाट लावावी. पण त्यावर कसलाही धार्मिक विधी अथवा उपचार होऊ नये.''

''माझ्या शरीरातून काढून घेतले गेलेले अवयव, जिथे ते माणसांच्या उपयोगात आणले जाऊ शकतील अशा या देशातील कोणत्याही प्रांतातील — शहरातील हॉस्पिटलात पाठवले जावेत; व ते कोणाही गरजू व्यक्तीला विनामूल्य देण्यात यावेत. परंतु जर माझ्या शरीराच्या एखाद्याच भागाची अनेकांना किंवा एकापेक्षा अधिकांना एकाच वेळी गरज भासली तर खालील उपक्रमाच्या यादीप्रमाणे वर्गवारी करून क्रम लावावा...

''माझ्या शरीरावर सर्वांत प्रथम अधिकार भूमिहीन शेतमजूर, आदिवासी किंवा अकुशल कामगाराचा असेल. त्यानंतर कुशल कामगार किंवा छोटा शेतकरी किंवा स्वतंत्र कारागीर किंवा छोटे उद्योगधंदेवाले यांचा असेल. वरीलपैकी दोघांनाही माझ्या शरीराच्या भागाची गरज न लागल्यास प्राध्यापक, डॉक्टर, कलावंत किंवा कोणीही मध्यमवर्गीय बुद्धिजीवी यांच्या उपयोगात माझे अवयव आणावेत. त्यांनाही गरज नसल्यास या देशातील कोणाही गरीब माणसाच्या कामी माझे अवयव यावेत. मात्र कोणत्याही कारणाखातर बडे भांडवलदार, जमीनदार, नोकरशहा किवा सत्तापदस्थ मंत्री यांच्यासाठी माझ्या शरीराचा कोणताही अवयव उपयोगात आणला जाऊ नये.''

''तुमचे सरकार माझ्या या इच्छेचा आणि मागणीचा गांभीर्याने विचार करील आणि मला फासावर टांगून व पोस्ट मॉर्टेम करून माझ्या शरीरसंपत्तीचा नाश न करता ती मला माझ्या देशबांधवांच्या उपयोगासाठी आणू देईल याची मी अपेक्षा करतो.''

"कृपया, राष्ट्रपती महोदयांनी स्वत: जातीने लक्ष घालून योग्य ती सर्व कारवाई करावी... आवश्यक असल्यास कायद्यात दुरुस्ती करावी; परंतु माझा रास्त अधिकार मला बजावू द्यावा अशी मी मागणी करतो. माझ्या या मागणीवरील निर्णयाची वाट पाहात आहे..."

टायपिस्ट थांबला तसा सीनियर जेलर पुढे झाला. त्याने सर्व कागद नीट जुळवले. टाचण्या लावल्या आणि चारी प्रती नक्षलवाद्याच्या हातात दिल्या. नक्षलवाद्याने काळजीपूर्वक सर्व मजकूर वाचला नि सही केली. मग सीनियर जेलरने कागद ग्लाडसाहेबासमोर ठेवले. ग्लाडसाहेबाने शेरा मारला... 'कैद्याने माझ्या समक्ष कोणाच्याही दडपणाशिवाय लिहून दिले.' आणि लफ्फेबाज सही ठोकून साहेब जायला उठला.

फाशी गेटचा वेंधळा जमादार तेवढ्यात पुढे धावला आणि त्याने खुर्ची काढून नेली. जाताजाता एकवार कोठडीच्या दरवाजाशी थबकून ग्लाडसाहेबाने नक्षलवाद्याला आपादमस्तक न्याहाळले, आणि हातातला कॅप्स्टनचा टिन नक्षलवाद्यापुढे केला.

"डू यू लाउक इट ?" ग्लाडसाहेबाने विचारले.

— नक्षलवादी पुटपुटला आणि त्याने एक सिगरेट काढली. तेव्हा अख्खा टिनच नक्षलवाद्याच्या हाती कोंबीत ग्लाडसाहेब पुटपुटला, "कीप इट वुउथ यू."

आणि ग्लाडसाहेब फाशी गेटच्या बाहेर पडला. मग थेट जेलच्या बाहेर -

मेन गेटसमोरील वडा-पिंपळाची झाडे सळसळत होती. पहिला पाऊस नुकताच पडून गेला होता. मातीचा मंद सुवास दरवळत होता. दिवेलागण झाली होती.

त्या कातरवेळी ग्लाडसाहेबाचे मन उदास झाले, पण दु:खी नाही. आणि खालच्या मानेने ग्लाडसाहेब बंगल्याकडे चालू लागला!

सकाळी चहाचा पहिला घोट घेताच, नक्षलवाद्याला चवीतला बदल एकदम जाणवला. त्याने चहा नीट न्याहाळला. आज सर्व काही पुरेसे असलेला घरच्यासारखा चांगला चहा कसा काय आला याचा तो विचारच करीत होता. तोच भट्टीखान्याचा वॉर्डर आला. नक्षलवाद्याच्या कोठडीतल्या महिनेन् महिने न धुतलेल्या, कुबट वास मारणाऱ्या, उवा पडलेल्या रजया, कांबळी काढून घेऊन एकदम नव्या परीटघडीच्या रजया, कांबळ्या नक्षलवाद्याला दिल्या. त्याच्या

अंगावरचे तूस निघालेले, जीर्ण कैदी कपडे मागून घेऊन नव्या-कोऱ्या कैदी कपड्यांचा सेट त्याच्या हातात दिला नि काही न बोलता तो चालू लागला.

भट्टीखान्याचा वॉर्डर जातोय न जातोय तोच जेल हॉस्पिटलचा डॉक्टर आला. त्याने नक्षलवाद्याला तपासले, त्याच्या नडगीवरल्या जखमांना पट्टी बांधली, आणि व्हिटॅमिनच्या गोळ्या देऊन तो निघून गेला.

थोड्याच वेळाने लोहारखात्याचा वॉर्डर लोहाराला घेऊन आला. त्याने नक्षलवाद्याची गंजलेली जड दंडाबेडी काढून टाकून तेथे न गंजलेली हलकी व लहान दंडाबेडी ठोकली व सलाम मारून निघून गेला.

आज हे काय चाललेय ते फाशी गेटच्या वेंधळ्या जमादाराला धड उमगलेच नव्हते. तोच भंगी आला. त्याने फिनेल मारून नक्षलवाद्याची कोठडी धुऊन पुसून लख्ख केली, आणि नक्षलवाद्याकडून सिगारेटची बक्षिसी चोरून घेत खराटा, बादली उचलून नेली.

बऱ्याच वेळाने फाशी गेटच्या वेंधळ्या जमादाराच्या डोक्यात काही तरी प्रकाश पडला. तो नक्षलवाद्याच्या कोठडीसमोर आला आणि अजागळासारखा त्याने नक्षलवाद्याला प्रश्न केला...

"क्यो रे? तेरे बीबीने ग्लाडसाबको कितना पैसा दिया?"

जमादाराच्या मूर्खपणाला नक्षलवादी नुसता हसला आणि त्याने खुषीने आळस दिला.

सीनियर जेलरने मेन गेटमध्ये पाऊल टाकले, आणि तो चरकलाच. एकवार त्याने घड्याळाकडे नजर टाकली. तसा दहा मिनिटे तो आधीच आला होता... तरी पण, मेन गेटमध्ये एक दबलेली शिस्तशीर, आखीव शांतता त्याने पाहिली.

ग्लाडसाहेबाच्या खोलीत पंखा गरगरत होता.

मेन गेटचा जमादार पुढे आला आणि सीनियर साहेबाच्या कानात कुजबुजला.

"बडा साहेब पहाटेच येऊन बसला आहे!"

सीनियर जेलरने बेल्ट ठाकठीक केला आणि आल्याची वर्दी द्यायला ग्लाडसाहेबाच्या ऑफिसात पाऊल टाकले. ग्लाडसाहेब त्याचीच वाट पाहात होता. सीनियर जेलरला पाहताच हातातले कागद त्याने त्याच्या पुढ्यात टाकले. सीनियर जेलरने एकदा कागदांवरून नजर टाकली आणि प्रश्नार्थक चेहऱ्याने तो साहेबाकडे पाहू लागला. ग्लाडसाहेबाने नक्षलवाद्यासाठी एक मर्सी-पिटिशन टाइप

केला होता... आणि त्याला स्वत:चे लांबलचक कव्हरिंग लेटर जोडले होते. त्या लेटरमध्ये नक्षलवाद्याचा स्वभाव, विचार करण्याची पद्धत, तुरुंगातील वर्तणूक यांविषयी बरेच काही चांगले लिहिले होते आणि नक्षलवाद्याची फाशी रद्द व्हावी अशी तोंड भरून शिफारस केली होती.

साहेबाचे ते लेटर पाहून सीनियर जेलरला थोडासा धक्काच बसला. अठ्ठावीस वर्षांच्या सर्व्हिसमध्ये कोणाही कैद्याविषयी कधीही चार ओळीदेखील ग्लाडसाहेबाने चांगल्या लिहिल्या नव्हत्या. तसा रिवाजच होता त्याचा. पण हा नक्षलवादी...

''यू सी'', ग्लाडसाहेब सीनियर जेलरला म्हणाला, ''पोरगा थोडा वाह्यात आहे, पण सिन्सिअर आहे. मर्सी-पिटिशन केला तर सुटेल कदाचित; पण वाकायला तयार नाही. तरुण रक्त आहे... हकनाक वाया जायला नको. यू ट्राय टु कन्व्हिन्स हिम. दोनच दिवस बाकी आहेत. काय तक्रार-बिक्रार असेल त्याची तर दखल घ्या. गिव्ह हिम सम फॅसिलिटीज आणि त्याने सही केली की तातडीने जाऊ दे.''

साहेबाच्या इतक्या मऊ बोलण्याने सीनियर जेलरची मतीच गुंग झाली. साहेबाच्या ऑर्डरला मान हलविण्याचे भानही त्याला उरले नाही. पण सीनियर जेलरच्या प्रतिसादाची वाटही न पाहता ग्लाडसाहेब उठला आणि टिफिनला गेला.

अठ्ठावीस वर्षांच्या सर्व्हिसमध्ये प्रथमच, कोणाच्याही पाठीवर दंडा न मोडता ग्लाडसाहेबाने टिफिनला हात लावला.

पहाटेच आलेला बडा साहेब दिवे लागण झाली तरी बंगल्यावर जात नाहीय हे पाहून मेन गेटमध्ये थोडी चुळबुळ सुरू झाली. दिवसभर साहेब अबोल होता. मेन गेटमधल्या ऑफिसातून जेलच्या आवारात त्याने पाऊलही टाकले नव्हते.

सहाचे टोल पडले आणि कोरट येऊ लागले. दोन जाळीदार पोलिस व्हॅन्स मेन गेटसमोर येऊन उभ्या राहिल्या. व्हॅनमधल्या खाव-खुजावच्या कलकलाटाने आणि मेन गेटमधल्या धांदलीने मेन गेट कसे एकदम भरल्या घरासारखे दिसू लागले...

दोन फाटक्या अंगाचे चॅप्टर गळ्याचे हिरवे रुमाल उडवीत कोरसमध्ये गाऊ लागले...

''ये दो दीवाने दिल के,

चले हैं देखो मिल के,

चले हैं ऽ चले हैं ऽ चले हैं ससुराल...''

मेन गेटमधल्या जमादारांनाही क्षणभर त्यांच्या विनोदाने हसू फुटले. पण हसू मध्येच तुटले. बडा साहेब अजून ऑफिसातच आहे या जाणिवेने ते हादरले. मग एकदम ते त्या दोघांवर खेकसले, आणि कैद्यांना रांगेत बसवून गिनती घेऊ लागले...

पण त्या दोघा चॅप्टरांच्या गाण्याने ग्लाडसाहेबाची तंद्री भंग पावली. आणि चिडून डरकाळत साहेब बाहेर आला.

''कोणाच्या घशाला खाज आलीय एवढी?'' साहेब ओरडला.

जमादारांनी दोघा चॅप्टरांकडे बोटे दाखवली.

ग्लाडसाहेब तडातडा त्यांच्यासमोर गेला आणि आपल्या लठ्ठ बुटाचे टोक त्यांतल्या एकाच्या बरगडीत लाथेसरशी मारता झाला. तो चॅप्टर एकदम कळवळला. मग दोघे उद्दाम, बेफिकीर लाचारीने उभे राहिले...

''काय रे फोदरीच्यांनो, इथं कशाला झक मारायला आलात? कोणाचं घर फोडलंत? खिसा कापलात?''

पोलिस हवालदार अदबीने पुढे सरसावला आणि त्याने माहिती दिली,

''दोघे चॅप्टरमध्ये आणलेत, साहेब.''

मग साहेब अधिकच खवळला. त्याने दुसऱ्याच्याही बरगडीत लाथ हाणली आणि गरजला,

''भांचोद, जेल म्हणजे काय बापाचं घर समजता? काही कुठे गू न खाता जेलची हग्यारी खराब करायला येता? जेलमध्ये यायचं तर सुरा चालवून, ताळे तोडून तरी येत चला. तेवढीही मस्ती नाही भडव्यो तुमच्यात - गांडू साले!''

मग एक चॅप्टर थरथरत अजीजीने सांगू लागला...

''क्या करे साब, बारीश के दिन आये हैं, रहने को जगा नहीं । बूटपॉलिश का धंदा भी चलता नहीं । यहाँ आने के सिवा चाराही क्या है?''

साहेब क्षणभर निरुत्तर झाला. मग आपली बाजू पडती राहायला नको म्हणून खाड्कन एकाच्या तोंडावर त्याने वळ उठवले आणि साहेब मेन गेटमधून बाहेर पडला.

तेवढ्यात जाळीदार व्हॅनच्या पुढल्या कप्प्यात सावळीशी, रेखीव आणि भरल्या अंगाची एक चुणचुणीत पोरगी बसलेली साहेबाला दिसली. साहेब पुढे गेला आणि खाड्कन त्याने दरवाजा उघडला. पोरगी खरेच चुणचुणीत होती.

क्षणभर साहेबाला वाटले ''घ्यावी रांडेला अंगाखाली —'' आणि त्याने गपृकन तिचा हात पकडला. भयभीत नजरेने ती साहेबाकडे पाहू लागली.

''काय ग रांडे, कुठं शेण खाल्लंस?'' साहेबाने विचारले.

पोलिस हवालदाराने लगेच पुढे येऊन माहिती पुरवली —

''ही रांड कसला गुन्हा करते साहेब? — बाळंतपणासाठी तुरुंगात आलीय!''

विजेचा झटका बसल्यासारखा साहेबाने तिचा हात सोडला. मग तिला आपादमस्तक न्याहाळले. फुलू घातलेल्या मोगऱ्याच्या टपोऱ्या कळीप्रमाणे तिचे पोट तरारलेले होते.

साहेबाला एकदम आपल्या पोरीची आठवण आली. जीनचेही दिवस आता भरत आले होते. बाळंतपणासाठी तीही इंडियाला येणार होती. मग साहेबाने त्या पोरीचा ढळलेला पदर हातातल्या स्टिकने तिच्या खांद्यावर सरकवला आणि मेन गेटच्या जमादाराला सूचना दिली, ''पोरीची काळजी घ्या.'' आणि साहेब बंगल्याकडे चालू लागला.

तटाआड कोणी कैदी भक्तिभावाने अभंग आळवीत होता —

'हो रामरस ऐसा होय मोरे भाई!'

चालता चालता साहेब क्षणभर थबकला. आपले काळीज मेणाहून मऊ झाल्यासारखे त्याला वाटले. मग साहेब घाबरला. मऊ मुलायम माणसाचे मन नको होते त्याला. दु:खाने, ताटातुटीने हालते ते. तडफडते ते. फार वेदना होतात.

साहेबाने खिशातून व्हिस्कीचा पाइंट काढला नि तोंडाला लावला.

— या नक्षलवाद्यापायी साहेब नसत्या फंदात पडला आणि त्याने चार ग्रंथ वाचले. समजले त्याला त्यांतले काहीच नाही, पण जाणवू मात्र लागले. अगदी प्रखरतेने.

पावसाळ्यात डोक्यावर छप्पर नसलेले, अन्नाला मोताद होणारे चॅप्टर, कोरंटी तुरुंगाच्या आश्रयाला येतात हे त्याला नवे नव्हते. आणि बाळंतपणासाठी तुरुंगात यायचा दळिद्री आणि लाचार बायांचा रिवाजच होता. खरे तर अठ्ठावीस वर्षांच्या सर्व्हिसमध्ये या साऱ्या गोष्टी ग्लाडसाहेबाच्या अंगवळणी पडल्या होत्या. पण ते चार ग्रंथ आणि नक्षलवाद्याच्या केसपेपरमधील लेख, पत्रे, जबान्या वाचून त्यात काही भीषण अन्याय आहे, अत्याचार आहे हे साहेबाला समजले होते.

तरी पण हा गधडा क्रांती कशी करणार?

ग्लाडसाहेबाला मोठा प्रश्नच पडला होता.

चोरांपेक्षा या चॅप्टर चिलटांचा राग साहेबाला अधिक होता. चोर साला जगाशी लढतो तरी. जगायचा प्रयत्न करतो. पण या लाचार अवलादी?

''कुत्रेत साले कुत्रे!'' साहेब स्वत:शीच पुटपुटला.

तेवढ्यात त्याच्या डोक्यात विचार चमकला...

'जेनी जर अशीच रस्त्यावर जन्माला आली असती, मोलमजुरीने पोट जाळत असती तर? .... तर तीही मग अशीच बाळंतपणासाठी तुरुंगात आली असती. कुठला तरी गुन्हा मुद्दाम करून, नाही तर पोलिसाला पैसे चारून.'

नुसत्या विचारानेच साहेब मुळापासून हादरला. असा अभद्र विचार डोक्यात राहणेही ग्लाडसाहेबाला असह्य झाले; नि त्याने व्हिस्कीचा पाइंट पुन्हा तोंडाला लावला...

बंगल्यातला मंद प्रकाश दिसू लागला तशी साहेबाची गती वाढली. काळ्याशार डांबरी रस्त्यावर पावले खाड्‌ खाड्‌ वाजू लागली. रस्ता निर्मनुष्य झाला. आसपासच्या झाडावरील पाखरांची किलबिलही शांत झाली...

''कॉवर्डस्‌.... कॉवर्डस्‌ आहेत साले — कॉवर्डस्‌!''

नेटिव्हांना उद्देशून साहेब पुटपुटला. हे भडवे गुलामच राहण्याच्या लायकीचे. अन्यायाचा प्रतिकार करायची हिंमत नाही. गट्स नाहीत.

विचार करता करता एकाएकी साहेबाची कंबर खचली. साहेब एकदम लुळा-पांगळा झाला. त्याला माराची याद आली.

माराला गेस्टापो फरफटत गॅच-चेंबरकडे नेत होते. नि उंचापुरा जवान तगडा ग्लाड त्यांच्यापुढे लाचारीने, अजीजीने भिकाऱ्यासारखा तिच्या प्राणांची भीक मागत होता. माराने एक मुस्कटात मारून साहेबाला विचारले, 'पुरुषासारखा पुरुष असून या अत्याचाऱ्यांच्या पायाशी लोळण घेतोयस?'

— पण ग्लाड लाचार होता, अगतिक होता, दुबळा होता तेव्हा आणि आताही, अंगावर अधिकाराची वर्दी असूनही. साहेबाने व्हिस्कीचा पुरा पाइंट घशात ओतला. तरीपण आपण षंढ आहोत ही भावना त्याच्या मनातून जाईना...

साहेबाची खाड्‌ खाड्‌ वाजणारी पावले खुरडू लागली. गेटवरल्या सेंट्रीने सलाम ठोकला. साहेब आपल्या बंगल्यात आला. साहेबाला पाहताच त्याचा लाडका बुलडॉग धावत आला आणि साहेबाच्या अंगावर उड्या मारू लागला. मग साहेबाने स्वत:ची सारी दुर्बलता चंपवर लादली. हातातल्या स्टिकने बेभान

होऊन विनाकारण तो चंपला बडवत सुटला. बिचारा चंप केकाटत आणि तरीही लाचारीने शेपटी हलवत साहेबाच्या पायांत शिरू लागला. साहेबाला वाटले चंपचा ग्लाड झालाय... गेस्टापोसमोरच्यासारखा. मग साहेबाने चंपचा पट्टा धरून त्याला फरफटवत, ओढत बंगल्यात नेले आणि दिवाणखान्यात एकदम त्याला गळ्याला लावून गळा काढला...

"चंप, माणसांचे कुत्रे झालेत रे कुत्रे. अन्नासाठी, पोटासाठी माणसे कुत्रे झालीत. जगण्यासाठी माणसे कुत्रे झालीत, लाचार झालीत... माणसांचे कुत्रे झालेत रे चंप, माणसांचे कुत्रे झालेत!"

गेटवरल्या सेंट्रीला वाटले, साहेबाला आज फार चढलीय!

ग्लाडसाहेबाच्या तालमीत वाढलेला सीनियर जेलर दहाच्या म्हणजे नेमक्या दहाच्याच टोलला मेन गेटमध्ये पाऊल टाकणार होता. थोडा आधीच, पण उशिरा मात्र निश्चितच नाही. तरीपण ग्लाडसाहेब अस्वस्थ होता आणि बसल्याजागीच चुळबुळत होता.

दोन दिवस उलटले होते. तरी पण नक्षलवाद्याचा मर्सी-पिटिशन आला नव्हता आणि आता केवळ उद्याचाच काय तो शेवटचा दिवस बाकी होता. साहेब पुन्हा अस्वस्थ झाला. 'हे वाह्यात पोरगं हकनाक फासावर चढणार' असे त्याला वाटू लागले. तरी पण आपल्याकडून आपण प्रयत्नांची शिकस्त केली पाहिजे असेही त्याचे अंतर्मन त्याला सांगू लागले. त्याच्या या अंतर्मनाने याआधी त्याला असे कधी सांगितले नव्हते हे मात्र खरे!

मेन गेटचे हवालदार अटेन्शनमध्ये उभे राहिले. दरवाजा करकरला आणि दहाचे टोल अंगावर घेत सीनियर जेलर ड्यूटीवर हजर झाला...

''त्या नक्षलवाद्याच्या मर्सी-पिटिशनचं काय झालं?''

सीनियर जेलरने सॅल्यूट ठोकायच्या आधीच ग्लाडसाहेबाने प्रश्न केला. सीनियर जेलर थोडा वरमला. आणि बचावाच्या सुरात बोलला...

''सर, आय ट्राइड माय लेव्हल बेस्ट. बट ही इज टू मच फॅनॅटिकल. ही रिफ्यूज्ड टु साइन मर्सी-पिटिशन.''

ग्लाडसाहेबाच्या कपाळाच्या तिन्ही शिरा ताडकन् उभ्या राहिल्या. साहेब संतापला, भडकला आणि एकदम कडाडला...

''फुकट, फुकट गेली तुमची बावीस वर्षांची सर्व्हिस! कैद्याला गोडीत कसं घ्यावं, विश्वासात कसं घ्यावं याची थोडीदेखील अक्कल तुम्हांला नाही. आणा तो मर्सी-पिटिशन इकडे! मलाच सही आणावी लागेल त्याची.''

सीनियरने पुढे केलेले कागद ताडकन ओढून घेत साहेब जागचा उभा राहिला. साहेब चालू लागताच चार वॉर्डर्स आणि चार शिपाई साहेबाच्या पुढे-मागे चालू लागले. आणि कैद्याला गोडीत, विश्वासात कसे घ्यावे याचे ग्लाडसाहेबाकडून पाठ

घ्यायला फाशी गेटच्या जेलरने नि सीनियरने साहेबाची पाठ धरली. ग्लाडसाहेब फाशी गेटकडे चालू लागला.

ग्लाडसाहेबाला पाहताच तुरुंगातली वडा-पिंपळाची झाडे चोरून उभी राहिली आणि फाशी गेटला कापरे भरले!

साहेब फाशी गेटच्या दरवाजाशी क्षणभर थबकला. आणि बऱ्याच विचाराअंती आपल्या रुंद जबड्यावर त्याने उसने हास्य आणले. नवख्या नटाने स्टेजवर यावे तसे कावरेबावरे होत हसू साहेबाच्या गालावर बिचकत थबकत येऊन उभे ठाकले. मग साहेबाने आपल्या जाडजूड भुवया इकडे तिकडे उडवत घसा खाकरून आवाजात थोडे मार्दव आणायचा प्रयत्न केला. नि साहेब नक्षलवाद्याच्या कोठडीसमोर येऊन उभा ठाकला.

''हॅलो यंग बॉय, हाउ आर यू?''

साहेबाने विचारपूर्वक ठरवलेला पहिला प्रश्न दिमाखात फेकला. नक्षलवाद्याला ग्लाडसाहेबाचा कावा कळला. नि साहेबाला झटकत नक्षलवादी म्हणाला,

''आय ॲम कैदी नंबर आठसो बयालीस, ए ट्रेटर, नक्षलाइट अँड नॉट ए यंग बॉय, मिस्टर ग्लाड!''

नक्षलवाद्याच्या या तोडून टाकणाऱ्या उत्तराने सीनियर जेलरच्या उरात धडकी भरली. फाशी गेटच्या जेलरला कापरे भरले. ग्लाडसाहेब पिसाळणार असे त्यांना वाटले. पण ग्लाडसाहेब भडकला नाही. संतापला नाही. चिडला नाही. त्याने फक्त जमादाराला दरवाजा खोलण्याची खूण केली. वेंधळ्या जमादाराने धांदरटपणे पुढे येत जुडग्यातल्या किल्ल्या चार वेळा आलटत पालटत दरवाजा उघडला. मग साहेबाने जमादाराचे स्टूल स्वतःच उचलले नि नक्षलवाद्याच्या पुढ्यात फेंगड्या पायाने स्टुलावर बैठक मारली.

कोठडीत एक संशयी शांतता भरून राहिली. मग शिरस्त्याप्रमाणे साहेबानेच तिचा भंग कला. साहेबाने आधी आपला डावा डोळा जरा बारीक केला. उजव्या हातातली छडी डाव्या तळव्यावर आपटली आणि साहेब गडगडला... मोकळेपणाने गडगडला. मनापासून गडगडला. आणि खर्जात बोलला,

''बच्चा फौलाद का है फौलाद का!''

मग साहेब क्षणभर थांबला आणि नक्षलवाद्याच्या नजरेत नजर घालून डावा डोळा अधिकच बारीक करीत विचारता झाला,

क्यों बे कैदी नंबर आठसो बयालीस, माझं काय वय असेल? अंदाज कर जरा!''

नक्षलवाद्याने एकवार ग्लाडसाहेबाला आपादमस्तक न्याहाळले नि पांढऱ्या होत चाललेल्या त्याच्या झुपकेदार मिशांना पाहात सांगितले...

"असेल बावन त्रेपन्न!"

नक्षलवाद्याच्या या उत्तरावर साहेब कडाडला...

"बेवकूफ गद्धा आहेस. माझं वय तुझ्या बापाएवढं आहे समजलास!"

स्वतःच्या वयाचा फायदा घेऊन वडिलकीचा अधिकार गाजवायचा प्रयत्न ग्लाडसाहेबाने केला खरा, पण त्याने नक्षलवाद्याच्या चेहऱ्यावरील सुरकुतीही हालली नाही. मग साहेब एकदम अजीजीने बोलू लागला.

"हे बघ पोरा, ज्याची मस्ती आमच्या अंगात आहे ती ही खाकी झूल देखील माणसाच्याच अंगावर चढवलीय बरं. आणि एक वडीलधारा माणूस म्हणून तुला सांगतो मर्सी-पिटिशनवर सही कर."

साहेबाने हातातला कागद नि पेन नक्षलवाद्यासमोर केले. पण नक्षलवाद्याने त्याकडे ढुंकूनसुद्धा पाहिले नाही आणि साहेबाने पण आपला प्रयत्न सोडला नाही.

"यू सी बॉय, तू एकदम सही करणार नाहीस. मला माहितीय. तुला त्यात अपमान वाटतो. वाटणं साहजिक आहे. पण मूर्खपणाचं आहे, चुकीचं आहे."

"असं? कसं काय बुवा?" — तोंडाचा चंबू करीत टवाळीच्या सुरात नक्षलवाद्याने ग्लाडसाहेबाला विचारले.

साहेबाने त्या टवाळीकडे सरळ डोळेझाक केली आणि युक्तिवाद चालूच ठेवला.

"यू सी... क्लास वॉर... वर्गयुद्धावर तुझा विश्वास नाही का?" साहेबाने विचारले.

"ऑफ कोर्स आहे!" नक्षलवाद्याने उत्तर दिले.

"मग लढाईत चार वार, चार जखमा व्हायच्याच. आणि होणारा वार नेहमी शारीरिकच असतो असं नाही. तो मानसिकही असतो. खरा योद्धा हेही वार झेलतो, आणि अंतिम विजयासाठी माघारी फिरतो. तसा तूही आता माघारी फीर. माघार... अगदी तात्पुरती माघार. जीव वाचवण्यापुरती माघार. तुझा जीव लाखमोलाचा आहे हे विसरू नकोस. तुझ्यासारखी माणसंच क्रांती करतात."

"हे कोणी सांगितलं तुम्हांला?" साहेबाचे बोलणे मध्येच तोडत नक्षलवादी म्हणाला. "मिस्टर ग्लाड, क्रांती जनता करते. एखादा दुसरा माणूस नाही. माझ्या फाशी जाण्याने काही क्रांती दूर लोटली जाणर नाही."

"हो, पण तुझ्या फाशी जाण्यानं काही ती जवळही येणार नाही. मग इतका हटवादी कशाला होतोस? मर्सी-पिटिशनमध्ये स्वत:चा अपमान कशाला समजतोस?'' ग्लाडसाहेबाने प्रतिप्रश्न केला.

"स्वत:चे सारे मान अपमान गुंडाळूनच मी घराबाहेर पडलोय मिस्टर ग्लाड. मर्सी-पिटिशनमध्ये मी माझा अपमान समजत नाही, क्रांतिकारी चळवळीचा अपमान समजतो. या जुलमी सत्तेकडे स्वत:च्या प्राणांसाठी याचना करणे म्हणजे जनतेच्या क्रांतिकारी शक्तीवर अविश्वास दाखवणे आहे. एक क्रांतिकारक असून क्रांतिकारक चळवळीला कमीपणा आणणे आहे!'' नक्षलवाद्याने उत्तर दिले.

नक्षलवाद्याच्या या उत्तराने ग्लाडसाहेब निरुत्तर झाला. राजकारण हा काही आपला प्रांत नाही हे ग्लाडसाहेबाला पुन्हा एकदा जाणवले. आणि मग त्याने सरळ त्याच्या भावनेलाच हात घालायचा प्रयत्न केला.

"तुझी क्रांती राहू दे बाजूला, त्यातलं मला काही समजत नाही. मला फक्त एवढंच समजतं की, तुझी बायको-मुलं निराधार आहेत. एकटी आहेत. तुला भेटायला लहानग्या पोराला कडेवर घेऊन शंभर मैल उन्हातान्हाची अनवाणी चालत आली होती ती!'' ग्लाडसाहेब बोलला.

"मला माहितीय, मिस्टर ग्लाड. माझ्याशी लग्न केलं तेव्हापासूनच ती निखाऱ्यावरून चालतीय. शंभर मैलांची अनवाणी चाल तिला जड नाही!'' नक्षलवाद्याने थंडपणे उत्तर दिले.

पण नक्षलवाद्याच्या भावनेला हात घालता घालता खुद्द ग्लाडसाहेबच भावनेच्या आहारी जात होता.

"शब्दांचं सामर्थ्य फक्त स्पष्टीकरणापुरतं मोठं असतं पोरा, वस्तुस्थिती त्यांनं बदलत नाही. तू मेलास तर तुझ्या बायकोचं आयुष्य वैराण होईल... उद्ध्वस्त होईल. ही वैराणता काय असते ती तुला काय माहीत? मला विचार. मला माहितीय आयुष्य वैराण होणं म्हणजे काय, उद्ध्वस्त होणं म्हणजे काय.''

बोलता बोलता ग्लाडसाहेब हालला... गलबलला. आपल्या बोलण्याचा नक्षलवाद्यावर काहीच परिणाम होत नाहीय हे पाहून कातावला... चिडला आणि एकदम नक्षलवाद्याचे खांदे गदागदा हालवीत ओरडला,

"माणूस आहेस का जनावर? तू खोटारडा, लुच्चा, ढोंगी आहेस. रस्त्यावरच्या उपाशी पोराला पाहून तुझ्या आतड्याला पीळ पडतो.पण स्वत:च्या बायकापोरांची तुला कणवही येत नाही होय रे? स्वत:च्या अहंकारासाठी त्यांचा बळी देतोयस तू?''... ग्लाडसाहेबाने विचारले.

"माझ्या बायकापोरांची तुम्हांला का एवढी कणव येतीय?" नक्षलवाद्याने चिडून विचारले.

"साध्या माणुसकीच्या नात्यानं", ग्लाडसाहेबाने उत्तर दिले.तशी नक्षलवादी ताडकन् म्हणाला,

"तुमचा नि माणुसकीचा काय संबंध मिस्टर ग्लाड? माणुसकीशी नातं सांगायला छाताडात माणसाचं काळीज असावं लागतं. तुमच्यासारख्या नरपशूचा माणुसकीशी काय संबंध?"

ग्लाडसाहेबांचा हा अपमान वेंधळ्या जमादारालाही सहन झाला नाही आणि दंडा उगारत तो नक्षलवाद्यावर धावला. पण ग्लाडसाहेबाने त्याला हातानेच मागे लोटले. नक्षलवादी मात्र कडवट शब्दांत ग्लाडसाहेबाला सुनावत होता,

"आय नो. मला माहितीय. मी मर्सी-पिटिशन केला नाही हे सरकारच्या नाकाला झोंबलंय. मी सरकारची दखलही घेत नाही हे पाहून होम डिपार्टमेंटला अपमान वाटतोय, आणि म्हणून तुम्हांला सांगितलं गेलंय... माझी मर्सी-पिटिशनवर सही घ्यायला. तरीच परवापासून एवढी बडदास्त ठेवताय तुम्ही... गोडीगुलाबीने वागताय..." नक्षलवाद्याच्या या आरोपांनी ग्लाडसाहेब नुसता सुन्न झाला आणि बसून राहिला. अर्ध्या तासाने साहेब जायला उठला. क्षणभर कोठडीच्या दरवाजात थांबला आणि नक्षलवाद्याला म्हणाला,

"पोरा, अजून रांगतं पोर आहेस तू रांगतं पोर! तुला राजकारणही कळत नाही नि माणूसही कळत नाही. तुला कळणार नाही, मी तुझ्या दाराशी का येतो ते. कारण अजून तुझं आयुष्य कधी उद्ध्वस्त झालं नाही, वैराण झालं नाही. माणसाला ओळखणं इतकं सोपं नसतं पोरा. आणि राजकारण? ... ते तुला समजत असतं तर सरकार तुझ्या मर्सी-पिटिशनची वाट पाहतंय असं तुला वाटलंच नसतं. ओ. के.! मी पुन्हा पुन्हा येईन. अखेरच्या क्षणापर्यंत येईन. मी तुला हकनाक फासावर चढू देणार नाही. बाय!"

साहेब फाशी गेटमधून चालता झाला तो तडक बंगल्यावर आला. मग त्याने क्षितिजाकडे नजर टाकली... सूर्य अस्ताला चालला होता. नक्षलवाद्याला कन्व्हिन्स करण्यात अख्खा दिवस गेला होता.

रात्र जसजशी गर्द होऊ लागली तसतसा साहेब अधिकाधिक तर्रर होऊ लागला. रोजचा रिवाजच होता त्याचा तो. साहेबाला खूप चढली की वैराण, उद्ध्वस्त माळावरही शेतेभाते डोलताना... फुलताना दिसत... पण आजची साहेबाची सारी नशाच वांझोटी होत होती. पेगच्या पेग घशाखाली उतरूनही साहेब स्वत:ला हरवून जाऊ शकत नव्हता... नक्षलवाद्याचे डसलेले शब्द तो काट्यासारखे काढून फेकून देऊ शकत नव्हता...

साहेब झुकांड्या खात डोलत उठला. अंधारातच बागेत आला. त्याने रातराणीचा मंद मत्त वास दीर्घ श्वासाबरोबर छाताडात घेतला. त्याने तो मोहरून गेला, तशी आपल्या छाताडात माणसांचे काळीज आहे याची त्याला पुन्हा बालंबाल खात्री पटली... मग लाडाने त्याने रातराणीला कुरवाळले.

ग्लाडसाहेबाचे रातराणीवर फार फार प्रेम होते. त्याला सूर्यप्रकाशात नखरे करणारी लडिवाळ फुलझाडे आवडत नसत. क्षुद्र माणसांप्रमाणेच त्याला ती वाटत, फक्त सुखात वाटेकरी होणारी. पण 'रातराणी'?

... ग्लाडसाहेबाने रातराणीला पुन्हा एकदा कुरवाळले.

जेव्हा सूर्य अस्ताला जातो नि निबिड रात्र साऱ्यांना घेरून टाकते तेव्हा नाजूक रातराणीच ताठ्यात उभी राहते. अंधाराला नाक मुरडीत आपल्या मंद सुवासाने वातावरण दरवळून टाकते.

साहेबाने डोळे फाडफाडून अंधाराकडे पाहिले. ठणा ठणा पडणाऱ्या बाराच्या ठोक्यांबरोबर तो काळरात्रीचा निबिड अंधार सारी सृष्टी बकाबका खात चालला होता. आधी मोठमोठ्या झाडांना, नंतर तुरुंगाच्या दगडी भिंतींना आणि आता ग्लाडसाहेबाच्या बंगल्यालाही. घाबरून साहेब रातराणीच्या कुशीत शिरला.

इवलीशी नाजूक रातराणी मात्र टेचात उभी होती. निबिड अंधाराला वाकुल्या दाखवीत प्रसन्न हसत होती. गेस्टापोंच्या तावडीतल्या माराप्रमाणे. माराच्या आठवणीने साहेब पंख तुटलेल्या पाखराप्रमाणे तडफडू लागला. रातराणीला छातीशी धरून गदागदा हलवू लागला. नि साहेबाने आतल्या आत टाहो फोडला...

"मारा ऽ ऽ मारा ऽ'

रातराणीने साहेबाला छातीशी लावून पाठीवरून मायेचा हात फिरवीत समजूत काढली. मग थोड्या वेळाने साहेब भानावर आला. आणि पुन्हा त्याला नक्षलवाद्याचे शब्द डसले. मग साहेब संतापला, चिडला आणि दातओठ खात पुटपुटला,

"भांचोद, चार पुस्तकं वाचली म्हणून स्वत:ला फार विद्वान समजतो काय? मला माणसाचं काळीज नाही म्हणतो? भडवा साला..."

साहेब रागाच्या सपाट्यातच रातराणीच्या कुशीतून उठला आणि दिवाणखान्यात गेला. नाइट गाऊन फेकून कशीबशी अधिकाराची वर्दी त्याने अंगावर चढवली. कमरेला लेदर बेल्ट अडकवून त्याने खिशात मर्सी-पिटिशन कोंबला आणि तुरुंगाकडे तो चालू लागला...

काळ्याशार डांबरी रस्त्यावर पावले खाड् खाड् वाजू लागली. रस्ता निर्मनुष्य झाला. आसपासच्या झाडावरल्या रातकिड्यांची किरकिरही शांत झाली...

गार्ड-ड्यूटीवरल्या हवालदारांनी सलामी दिली. मेन गेटच्या पहारेकऱ्यांनी गडबडीने मेन गेटचे दरवाजे उघडले. ग्लाडसाहेबाने तुरुंगात पाऊल टाकले. ग्लाडसाहेबाचे पाऊल तुरुंगात पडले नि साखर झोपेत असलेले कैदी घाबरून बिस्तऱ्यात उठून बसले. मध्यरात्रीचा साहेब तुरुंगात आलेला पाहून नाईट ड्यूटीचा वॉचमन, वॉर्डर, शिपाई, जेलरांची एकच धावपळ उडाली.

ग्लाडसाहेबाने फाशी गेटमध्ये शिरता शिरताच डरकाळी फोडली,

"ए कैदी नंबर आठसो बयालीस."

साहेबाच्या डरकाळीने वेडा कैदीही उठून जागा झाला!

ताड् ताड् पावले फेकीत ग्लाडसाहेब नक्षलवाद्याच्या कोठडीसमोर येऊन उभा ठाकला. त्याला पाहताच नक्षलवाद्याने नेहमीचे मंद स्मित करीत विचारले,

"हॅलो, मिस्टर ग्लाड, हाउ आर यू?"

पण नक्षलवाद्याच्या त्या मोहिनी हास्याचा आज ग्लाडसाहेबावर काहीच परिणाम झाला नाही. तो फाशी गेटच्या वेंधळ्या जमादारावर खेकसला.

"बुबुळांच्या खाचा झाल्या काय तुझ्या? दरवाजा खोल."

वेंधळ्या जमादाराची त्रेधा-तिरपीट उडाली. कसेबसे कुलूप उघडून त्याने सुटकेचा श्वास सोडला.

वेंधळ्या जमादाराने कुलूप उघडताच साहेबाने एक कचकचीत लाथ दरवाजावर घातली. कोठडीचा लोखंडी दरवाजा थाड्कन दगडी भिंतीवर आपटला

आणि त्या आवाजाने सारा तुरुंग दुमदुमला.

साहेब कोठडीत शिरला आणि दुसऱ्या लाथेसरशी त्याने सर्व कवितांची पुस्तके कोठडीभर विखरून टाकली. मग दोन-चार पुस्तकांवर थयाथया नाचत तो नक्षलवाद्यावर ओरडला.

"कविता वाचतोस होय रे भडव्या, कविता वाचतोस?"

मग कवितांची पुस्तके पुरेशी पायदळी तुडवल्यावर त्याने नक्षलवाद्याची गचांडी धरली अन् त्याला गदागदा हालवीत विचारले,

"बोल, मर्सी-पिटिशनवर सही करतोस की नाही?"

नक्षलवाद्याने निर्धाराने नकारार्थी मान हालविली. त्याच्या ठाम नकाराने साहेब अधिकच खवळला आणि दोन्ही हातांनी त्याने नक्षलवाद्याला हवेतल्या हवेतच उचलले नि एकदा या व एकदा त्या अशा चारी भिंतींवर दणादणा आपटायला सुरुवात केली. रिटायर व्हायला आलेल्या ग्लाडसाहेबाच्या अंगातली ती मस्ती, ती रग, आणि अचाट ताकद पाहून फाशी गेटचा वेंधळा जमादार नुसत्या भीतीनेच थरथर कापू लागला.

भिंतीवर आपटून आपटून नक्षलवाद्याची हाडे खिळखिळी करून झाल्यावर ग्लाडसाहेबाने त्याला दाणकन फरशीवर पटकले. इतका मार बसूनही नक्षलवादी धडपडत उठला आणि ताठ मानेने छाती काढून ग्लाडसाहेबासमोर उभा राहिला.

आपल्या राठ पंजात नक्षलवाद्याचे तोंड पकडून ग्लाडसाहेब ओरडला,

"कुत्रा समजतोस काय मला? सरकारच्या हुकमानं तुझा मर्सी-पिटिशन मागतो असं वाटतंय काय तुला? हरामखोर, मला काय काळीज नाही?... भडव्या तुला काळीज नाही, तुला मन नाही. हलकट, लुच्चा, ढोंगी आहेस तू..."

ग्लाडसाहेबाने एकावर एक कचकचीत थोबाडात भडकावत सरबत्ती चालू केली...

"साला, कविता वाचतो कविता. त्या बिचारीला विधवा करणार. इवल्याशा लेकराला तू अनाथ करणार. आणि भडव्या, कविता वाचतोस काय?"

ग्लाडसाहेबाने रेड्याच्या ताकदीने दोन ठोसे नक्षलवाद्याच्या छाताडावर लगावले. इतका बळकट आणि जवान नक्षलवादी, पण तोही कोकरासारखा हेलपाटला, खाली पडला. मग साहेबाने त्याच्या छातीवर आपले गुडघे रोवले नि त्याच्या झिंज्या पकडून त्याचे डोके उचलीत विचारले,

"हरामखोर, त्या बिचारीच्या पायाला भेगा पडल्या अनवाणी चालून तुझ्यासाठी. गूखाऊ आता स्वतःला फासावर चढवून घेऊन तिच्या काळजाला

चिरा पाडणार काय तू? माझ्यासारखं तिचंही आयुष्य तू वैराण करणार... उद्ध्वस्त करणार?''

एका झटक्यात ग्लाडसाहेबाने नक्षलवाद्याला उभे केले आणि उरल्यासुरल्या चार थोबाडांत पुन्हा भडकावीत ओरडला, ''नीच, हलकट. तू क्रांतिकारक नाहीस. गेस्टापो आहेस गेस्टापो. हिटलर... नाझी... फॅसिस्ट आहेस तू!''

बसलेल्या असह्य माराने नक्षलवादी जमिनीवर कोसळला. ग्लाडसाहेबही आता थकला होता, दमला होता. त्याचे सारे अंग घामाने थबथबले होते... अत्याचाराच्या आणि दारूच्या धुंद नशेतही त्याला नक्षलवाद्याच्या बायकोच्या पायाला पडलेल्या भेगा आठवल्या... गॅस-चेंबरमध्ये जळणारी मारा आठवली आणि डोळे घट्ट मिटून घेत ग्लाडसाहेबाने आतल्या आत टाहो फोडला...

''मारा ऽ ऽ मारा ऽ ऽ''

जेलच्या भिंतीवर एकचा टोल आदळला. साहेब भानावर आला. त्याने पाहिले, नक्षलवादी जमिनीवर पडला होता. त्याच्या नाकातोंडातून भळाभळा रक्त वाहात होते. इतका मार खाताना त्याने एक शब्द तोंडातून काढला नव्हता. थोडादेखील प्रतिकार केला नव्हता.

ग्लाडसाहेब थोडा खाली वाकला. खिशातल्या रुमालाने त्याने नक्षलवाद्याचे तोंड पुसले आणि हातातला मर्सी-पिटिशन नक्षलवाद्याच्या समोर धरला. नक्षलवाद्याने हातानेच मर्सी-पिटिशन दूर लोटला आणि साहेबाला तो म्हणाला,

''आर यू सॅटिस्फाइड मिस्टर ग्लाड? बरेच दिवस मला मारण्याची तुमची इच्छा बाकी होती. आज तुम्हाला शांत झोप लागेल!''

आणि नक्षलवाद्याची शुद्ध हरपली. साहेबाने फाशी गेटच्या जेलरला खूण केली आणि थोड्याच वेळात जेल-हॉस्पिटलचे वॉर्डर्स स्ट्रेचर घेऊन धावत आले. त्यांनी नक्षलवाद्याला स्ट्रेचरवर टाकले नि ते चालते झाले. मग साहेब कोठडीबाहेर आला. वेंधळ्या जमादाराने कोठडीला टाळा ठोकला.

ग्लाडसाहेबाने मोकळ्या कोठडीकडे पाहिले, नि त्याला वाटले, नक्षलवाद्याला फाशी देऊन झाले आहे. नुसत्या विचाराने साहेबाच्या छातीत कळ आली. साहेबाने एका हाताने छाती घट्ट दाबली, अन् खुरडत खुरडत तो बंगल्याकडे चालू लागला.

त्या रात्री, नक्षलवाद्याला सोल फाटेपर्यंत बुटाने तुडवूनही ग्लाडसाहेबाला सुखाची झोप आली नाही!

❖

शेजारच्या खाटेवरल्या दमेकरी कैद्याच्या खोक खोक खोकण्याने नक्षलवाद्याला जाग आली. पण आदल्या रात्री बसलेल्या भयंकर माराने आणि अंगात भरलल्या ज्वराने डोळे उघडण्याची ताकदही त्याच्यात उरली नव्हती. मग मिटल्या डोळ्यांनी तो नुसता कण्हला.

नक्षलवाद्याला जाग आली आहे हे पाहताच नाइट ड्यूटीचा वॉचमन वर्दी द्यायला आर. एम्. ओ. कडे गेला. ग्लाडसाहेबाच्या हुकुमावरून खास नक्षलवाद्याच्याच तैनातीला ठेवलेल्या वॉर्डबॉयने पटकन पुढे होऊन कोलनवॉटरची पट्टी बदलली. जेलच्या दवाखान्यात मरू घातलेल्या कैद्याच्याही वाट्याला न येणारी शुश्रूषा नक्षलवाद्याला लाभली होती.

ग्लाडसाहेबाचा हुकूमच होता तसा!

लांबवरून पावलांचा खाड्‌ खाड्‌ आवाज ऐकू येऊ लागला.

दवाखान्यातला कलकलाट एकदम थांबला. रोग्यांच्या भोवती घोंघावणाऱ्या माश्याही दडी मारून बसल्या. ग्लाडसाहेबाने दवाखान्यात पाऊल टाकले. आर. एम्. ओ. बरोबर ग्लाडसाहेब नक्षलवाद्याच्या खाटेसमोर येऊन उभा राहिला...

'हॅलो यंग बॉय...'' ग्लाडसाहेबाने हाक मारली. पण त्या हाकेला प्रत्युत्तर देण्याचेही त्राण नक्षलवाद्यात उरले नव्हते.

''थोडंसं टेंपरेचर आहे अंगात-'' आर. एम्. ओ. ने माहिती दिली. तसा ग्लाडसाहेबाने आपला हात नक्षलवाद्याच्या कपाळावर ठेवला. त्या लठ्ठ राठ हातालाही मायेचा ओलावा पाहून नक्षलवाद्याने डोळे उघडले. ग्लाडसाहेब खाली वाकून नक्षलवाद्याच्या कानात विचारत होता,

''फार लागलं तुला, पोरा?''

नक्षलवाद्याने नकारार्थी मान हालवली आणि तो म्हणाला, ''आय वॉज ए लिट्ल राँग, मिस्टर ग्लाड. यू आर नॉट ए पेटी ब्यूरॉक्रॅट...''

नक्षलवाद्याच्या या खुलाशाने ग्लाडसाहेब एकवार समाधानाने हसला नि गर्रकन्‌ अबाउट टर्न करून ताड्‌ ताड्‌ ऑफिसकडे चालू लागला.

ग्लाडसाहेब आपल्या खुर्चीत स्थानापन्न झाला आणि सीनियरने त्याच्या हातात टेलिग्राम ठेवला. पण आलेला टेलिग्रॅम उघडून पाहण्याचीही उत्सुकता साहेबाने दाखवली नाही. त्याने फक्त खुषीने आळस दिला नि तो पुटपुटला,

''बच्चा बेवकूफ आहे, पण ऑनेस्ट आहे. नाउ ही रिअलाइज्ड दॅट आय ॲम नॉट ए पेटी ब्यूरॉक्रॅट.''

मग साहेबाने खर्रकन् ड्रॉवर ओढून मर्सी-पिटिशन काढला आणि समोरचा कागद फाडून त्यावर लिहिले —

''पोरा, आयुष्य फार दुर्मिळ आहे. सही कर...''

साहेबाने घंटी दाबताच वॉर्डरने येऊन सलाम ठोकला. साहेबाने देऊ केलेली मर्सी-पिर्टिशन आणि चिठ्ठी घेऊन तो हॉस्पिटलात चालू लागला...

ग्लाडसाहेबाने विस्कीचा पाइंट तोंडाला लावला आणि वॉर्डर येण्याची तो वाट पाहू लागला. पण वॉर्डर अपेक्षेपेक्षा लवकरच परत आला...

ग्लाडसाहेबाने त्याच्या हातातले कागद ओढून घेत उत्सुकतेने पाहिले. आताही मिर्सी-पिटिशनवर नक्षलवाद्याने सही केलेली नव्हती. फक्त साहेबाच्या चिठ्ठीखाली लिहिले होते.

''मिस्टर ग्लाड, आयुष्य दुर्मिळ आहे... पण हौतात्म्य दैवदुर्मिळ आहे.''

ग्लाडसाहेबाने खिन्नपणे कपाळाला हात लावला... उन्हे उतरत होती. मर्सी-पिटिशनचा अखेरचा दिवस उलटत होता.

ठण ऽ ठण ऽ ऽ ठण ऽ ठण ऽ ऽ

बंदीचे टोल पडू लागले. मर्सी-पिटिशनची मुदत संपली. दगड होऊन जमिनीला खिळलेला ग्लाडसाहेब जड अंत:करणाने उठला. माणसामागोमाग माणसे खुषीत हँग करणाऱ्या ग्लाडसाहेबाने आयुष्यात प्रथमच कोणाचा तरी जीव वाचवायचा प्रयत्न केला होता. पण त्यातही अपयशच त्याच्या पदरी पडले होते. साहेबाने आवेगाने हात टेबलावर आपटला आणि तो आतल्या आत ओरडला,

''खाटकाचा जन्म आहे माझा — बुचर!''

''सर ऽ ऽ''

सीनियरच्या हाकेने साहेब भानावर आला.

“सर, सकाळचा टेलिग्राम अजून पाहिला नाहीत तुम्ही!”

सीनियरने आठवण करून दिली. साहेबाने यंत्रवत् टेलिग्राम फोडला आणि त्यावर नजर टाकली.

“आय ॲम कमिंग पापा... फॉरएव्हर युवर्स... जेनी.”

टेलिग्राम वाचून साहेब देहभान विसरला नि ओरडला, “जेनी ऽ ओ माय लिटल् जीन, स्वीट जीन, जेनी —”.

साहेबाच्या बंदुकीसारख्या कडाडण्याने झाडांवरली पाखरे एकदम चिवचिवाट करीत सैरभैर उडाली.

साहेबाची लाडकी लेक इंडियाला निघाली होती. तिला रिसीव्ह करण्यासाठी साहेबाला बाँबेला जायलाच हवे होते. साहेबाने फराफरा रजेचा अर्ज खरडून सीनियरच्या हाती दिला.

ग्लाडसाहेब चार दिवसांच्या रजेवर जातोय हे पाहून तुरुंगातल्या वडापिंपळाच्या झाडांनाही एकदम मुक्त झाल्यासारखे वाटू लागले. आणि —

— साहेबाची पावले मोठ्या खुषीत खाड् खाड् बंगल्याकडे चालू लागली!

❖

पाखरांची किलबिल एकदम शांत झाली. रस्ता निर्मनुष्य झाला. काळ्याशार डांबरी रस्त्यावर पावले खाइ खाइ वाजू लागली. गार्ड-ड्यूटीवरले हवालदार अटेन्शनमध्ये उभे राहिले, आणि वाऱ्याच्या मंद झुळुकीबरोबर एक शीळ ऐकू येऊ लागली...

गार्ड-ड्यूटीवरल्या जमादाराने कपाळावर आठ्या चढवल्या आणि सभोवार नजर फेकली. आश्चर्याच्या धक्क्याने त्याचे तोंड उघडले नि डोळे फाडफाडून तो समोर पाहातच राहिला.

ग्लाडसाहेबाची पावले तालात होती. हातातली छडी नाचत होती. साहेबाची नजर आज करडी नव्हे तर प्रसन्न होती आणि ग्लाडसाहेब स्वतःच शिळेवर गाणे गुणगुणत होता...

"हे प्रिये, तुझ्यासाठी सैतानालाही आव्हान दिले मी
पण तुझ्याचमुळे का ईश्वरालाही विसरलो मी?"

जमादार पुन्हा पुन्हा डोळे फाडून बघत होता... ग्लाडसाहेबाची पावले तालात होती... छडी नाचत होती... नजर प्रसन्न होती... आणि ओठावर सुरेल शीळ होती—

"हे प्रिये, तुझ्यासाठी सैतानालाही आव्हान दिले मी
पण तुझ्याचमुळे का ईश्वरालाही विसरलो मी?"

ग्लाडसाहेब जवळ आला तसा भानावर येत स्तंभित झालेल्या जमादाराने सॅल्यूट ठोकला. ग्लाडसाहेबाने सस्मित त्याची मानवंदना स्वीकारली आणि पावले तालात फेकली. छडीने बुटावर ठेका धरला. शिळेचे सूर उंचावले.

मेन गेटचे दरवाजे करकरले. ग्लाडसाहेबाचे पाऊल तुरुंगात पडले, पण इतक्या हळुवारपणे की दगडी फरशीलाही खुपू नये. साहेब खटल्याला बसला तेव्हा थरथरत्या पायाने, धडधडत्या अंतःकरणाने सारे कैदी उभे राहिले. ग्लाडसाहेबाने एकवार सर्वांना दमात घेतल्यासारखे केले नि ओरडला — "काय रे, फार मस्ती चढली का? पुन्हा तक्रार आली तर तुडवून काढीन." पण

ग्लाडसाहेबाच्या आजच्या धमकीला तलवारीची धार नव्हती, तर सारंगीची तार होती. ग्लाडसाहेबाने सर्वांना सख्त ताकीद देऊन सोडून दिले आणि साहेब राउंडला निघाला.

साहेब आज असा विक्षिप्तासारखा का वागतोय हे कुणालाच समजेना. सीनियर जेलरच्या आठवणीप्रमाणे अठ्ठावीस वर्षांच्या सर्व्हिसमध्ये ग्लाडसाहेब असा कधीच वागला नव्हता. ग्लाडसाहेब तुरुंगाच्या बागेत आला नि हळुवारपणे त्याने चार जाईच्या कळ्या खुडल्या आणि एकदम चांदण्या रात्री ओढ्याकाठच्या खडकावर बसून चंद्राकडे पाहात लठ्ठ बेडकाने खर्ज लावावा तसा सूर लावला... कळ्यांना कुरवाळत ग्लाडसाहेब गाऊ लागला :

“हे प्रिये, तुझ्यासाठी सैतानालाही आव्हान दिले मी
पण तुझ्याचमुळे का ईश्वरालाही विसरलो मी?”

साहेबाची पावले आज तालात होती... हातातली छडी नाचत होती... नजर प्रसन्न होती... साहेब भिशीला चालला होता.

वर्तुळाकार भिशीमध्ये साहेब शिरला तशी सर्वत्र सामसूम झाली. ग्लाडसाहेब धडधडणाऱ्या चुलाणापाशी आला नि भाकऱ्यांच्या थप्पीतील दोन करपून खाक झालेल्या भाकऱ्या उचलीत भिशीच्या जेलरवर खेकसला.

“हू इज देअर? जाळ कमी करा. कैद्यांना भाकऱ्या काय करपलेल्या खायला घालणार?” आणि मग ग्लाडसाहेबाने रेशनची तपासणी केली. रवा, साखर शिल्लक पाहून कैद्यांना गोड रवा करून वाढण्याचा हुकूम केला. भिशीचा जेलर बावचळून पाहातच राहिला. एवढा चार-पाचशेचा माल खिशात घालायच्याऐवजी कैद्यांच्या घशात घालायचा? त्याला काही समजेना. पण एव्हाना ग्लाडसाहेब भिशीच्या बाहेरही पडला होता.

साहेबाची पावले आज तालात होती. हातातली छडी नाचत होती. नजर प्रसन्न होती. साहेबाने अचानक मार्ग बदलला.

साहेब अचानक सुतारखात्यात आलेला पाहून एकच धांदल उडाली. पण दोन पोरसवदा पोरांना उडालेल्या गोंधळाची कल्पनाही नव्हती. सागवानी ओंडक्याआड ती पुस्तके वाचीत बसली होती. ग्लाडसाहेबाला अचानक समोर उभा ठाकलेला पाहून दोघेही धडपडत उठली. भीतीने त्यांच्या तोंडून शब्दही फुटेना. ग्लाडसाहेबाने त्यांच्या हातातली पुस्तके काढून घेऊन त्यांवर नजर फिरवली, तोच सीनियर जेलर अदबीने पुढे आला नि त्याने माहिती पुरवण्यास सुरुवात केली,

"सर, दोघे एस्. एस्. सी. ला बसले आहेत. रात्री बराकीत अभ्यास करता येत नाही असं खोटंच सांगून कामचुकारपणा करतात."

"खोटंच काय सांगतात? पंधरवड्यावर परीक्षा आल्या यांच्या नि तरी यांना कामाला कोणा गाढवानं लावलं? यांना कामाची माफी द्या. सेप्रेट खोल्यांत बंदीला ठेवा नि कोठडीत मोठे बल्ब लावा."

साहेबाच्या या परंपरा मोडणाऱ्या हुकुमाने सीनियर जेलरची अवस्था मोठी केविलवाणी झाली. पण ग्लाडसाहेबाचे त्याकडे लक्षच नव्हते. त्या पोरसवदा कैद्यांचे खांदे थोपटत ग्लाडसाहेब म्हणाला,

"परीक्षेत पास होऊन दाखवा; पंधरा पंधरा दिवसांची माफी देईन."

आणि ग्लाडसाहेब गर्रकन् वळला.

साहेबाची पावले आज तालात होती... हातातली छडी नाचत होती... नजर प्रसन्न होती. आणि ग्लाडसाहेबाने फाशी गेटमध्ये प्रवेश केला.

ग्लाडसाहेबाला आलेला पाहताच 'मैंने खून किया नहीं, मैंने खून किया नहीं-" असे अहोरात्र ओरडणारा वेडा कैदी घाबरून भ्यालेल्या कुत्र्याच्या पिल्लाप्रमाणे भिंतीच्या कोपऱ्यात वळचणीला अंगाची मुटकुळी करून बसला. ग्लाडसाहेब त्याच्या कोठडीसमोर थबकला नि अतीव करुणेने त्याला न्याहाळत घोगऱ्या दयार्द्र आवाजात साहेबाने विचारले,

"तू खून केला नाहीस का रे?"

वेड्या कैद्याने नकारार्थी मान हालवली.

"मग असा भितोस कशाला? जवळ ये, — जवळ ये माझ्या."

वेड्या कैदी लाचारीने भीत भीत ग्लाडसाहेबाच्या जवळ आला. ग्लाडसाहेबाने गजातून हात घालीत त्याचे डोके कुरवाळले आणि सांगितले,

"अरे वेड्या, जीजसलादेखील हकनाक क्रूसावर चढावं लागलं. मग तू का असा फाशीच्या दोरखंडाला भितोस? घाबरू नकोस. ईश्वर तुझा निवाडा करील."

वेड्याचे डोळे डबडबून आले. तसा ग्लाडसाहेबाने पुन्हा खर्ज लावला,

"हे प्रिये, तुझ्यासाठी..."

गात गात ग्लाडसाहेब नक्षलवाद्याच्या कोठडीसमोर येऊन उभा राहिला. कपाळावर आठ्या चढवून नक्षलवादी साहेबाच्या त्या नव्या अवताराकडे पाहातच राहिला. तसा ग्लाडसाहेबच पुढे होऊन त्याला म्हणाला,

"आमच्या गाण्यानं तकलीफ झाली का? अरे, आमचा आवाज नसेल सैगलएवढा गोड, पण तेवढा भरदार तर आहे ना!"

नक्षलवाद्याने एकदा मंद स्मित केले नि उभा राहात तो ग्लाडसाहेबाला म्हणाला, ''आवाजाचं राहू दे मिस्टर ग्लाड! पण तुम्ही म्हणताय ती कविता फार सुंदरय. कोणाची आहे?''

आणि बेसावधपणे ग्लाडसाहेब बोलून गेला,

''ऑफ कोर्स, माझ्या प्रियेची.''

एकवार रोखून पाहात नक्षलवाद्याने खोचक शब्दांत ग्लाडसाहेबाला विचारले,

''तुमच्या प्रियेची!''

आपण फसल्याचे ग्लाडसाहेबाच्या ध्यानात आले नि ग्लाडसाहेब गडगडून हसला. नक्षलवाद्याला म्हणाला,

''यू नॉटी बॉय, – अरे बेटा, जग मोठं क्रूरय. इथं कुणावर जीव लावू नये; कुणाला जीव लावू नये. मी ना कुणावर प्रेम केलं, ना करीत आहे. ना कुणावर करणार.''

कसे काय कुणास ठाऊक, पण फाशी गेटच्या वेंधळ्या जमादारालाही समजले की ग्लाडसाहेब खोटे बोलतोय.

''कुठं असते आता ती?'' ग्लाडसाहेबाच्या बोलण्याकडे दुर्लक्ष करीत नक्षलवाद्याने उलटा प्रश्न विचारला.

ग्लाडसाहेब गांगरला, गलबलला. मग हतबल होत बोलला, ''कुठं असणार? अरे, ती जर्मन ज्यू होती. आणि हिटलर जर्मनीचा सर्वसत्ताधीश होता. त्याने माझ्या मरियमला गॅस-चेंबरमध्ये लोटलं. आणि आता बघ, ती दोघेही आहेत वर स्वर्गात आणि मी, मी मात्र इथं तुरुंगात!''

ग्लाडसाहेबाने एका दमात सर्व सांगून टाकले आणि डोळे घट्ट मिटले. फाशी गेटच्या वेंधळ्या जमादाराला वाटले, ग्लाडसाहेबाने डोळे घट्ट मिटून पाणी येऊ दिले नाहीय. एका आवंढ्याबरोबर गहिवर गिळला आहे.

साहेबाने पुन्हा खर्ज लावला,

''हे प्रिये... तुझ्यासाठी...''

पण ग्लाडसाहेबाच्या आवाजात थोडासा रडवेलेपणा आला होता. मिनिटभरच. ग्लाडसाहेबाच्या गुबगुबीत गुलाबी राठ अँग्लोइंडियन गालांवर एकदम खळी उमलली नि सहा वर्षांच्या मुलाच्या उत्साहाने तो नक्षलवाद्याला सांगू लागला...

''तुला मरियम कशी होती, पाहायचीय? माझ्या मुलीला पाहा- जेनिफरला. अगदी थेट मरियमसारखी दिसते ती. लहानपणापासून तिला बर्लिनलाच ठेवलं

होतं मी. मरियमच्याच शाळेत घातलं होतं. दोन वर्षांपूर्वी तिथंच लग्न केलं तिनं मला न विचारता. असा संतापलो बघ, की सारे संबंधच तोडून टाकले. पण महिन्यापूर्वी तिचं पत्र आलं. दिवस गेलेत म्हणून लिहिलं तिनं. मग बघ, माझ्यातला इंडियन झाला जागा. तसा पक्का इंडियन बरं का मी. म्हटलं, मुलीचं पहिलं बाळंतपण कसं माहेरीच झालं पाहिजे. घेतलं नि काय बोलावून. दहा वर्षांनंतर काल रात्री इंडियात आली ती. रात्रभर गप्पा मारीत होतो. तिला तुझं मृत्युपत्र सांगितलं. तेव्हा ती म्हणाली — "डॅडी, इट्स् ए रेव्होल्युशनरी पोएम. मला या कवीला भेटायचंय. तुला कवी म्हणते बरं का ती, नक्षलवादी नाही. भेटशील तिला? बोलशील तिच्याशी?"

"का नाही? आपल्या कवितेच्या चाहत्याला भेटायला कोणाला आवडणार नाही?" नक्षलवाद्याने उत्तर दिले.

"अरे बघतच राहशील तिला. माझी मुलगी जास्तीत जास्त किती सुंदर असेल? कल्पना कर बरं—" ग्लाडसाहेबाने विचारले.

"जास्तीत जास्त... माझ्या मृत्यूइतकी सुंदर असेल फार तर!"

नक्षलवाद्याने उत्तर दिले. तसे ग्लाडसाहेबाने आपल्या राठ हातांत नक्षलवाद्याच्या झिंज्या पकडून त्याचे डोके हलकेच गजावर आपटले नि साहेब पुटपुटला —

"यू ब्रेव्ह यंग मॅन! दोन वर्षांपूर्वी भेटला असतास तर माझी छोकरीच दिली असती तुला. वाट बघ, संध्याकाळी घेऊन येतो तिला मी."

नि ग्लाडसाहेब गर्रकन् वळला. ग्लाडसाहेबाची पावले तालात होती. हातातली छडी नाचत होती. नजर प्रसन्न होती. नि ग्लाडसाहेबाने खर्ज लावला होता —

"हे प्रिये, तुझ्यासाठी सैतानालाही आव्हान दिले मी
पण तुझ्याचमुळे का ईश्वरालाही विसरलो मी!"

काळ्याशार डांबरी रस्त्यावर पावले खाड्‌ खाड्‌ वाजली नाहीत, तरीही रस्ता निर्मनुष्य झाला आणि आसपासच्या झाडांवरल्या पाखरांची किलबिलही शांत झाली. ग्लाडसाहेब लेकीला घेऊन तुरुंगाकडे निघाला होता.

वाहणाऱ्या मंद वाऱ्याबरोबर जीनने डोक्याला बांधलेला रुमाल उडत होता, नि पायघोळ झगा वाऱ्याने फडफडत होता. ग्लाडसाहेबाने तिला मनगटाला धरून चालवले होते; अगदी हळुवारपणे. साहेबाची ही माया अप्रूप वाटून की काय एका खट्याळ कोकिळने साद घातली...

''कुहू ऽ ऽ कुहू ऽ ऽ''

''पापा ऽ ऽ .... कोकिळा? -'' जीनने आनंदून साहेबाला विचारले. साहेबाने कपाळाला तिरस्काराच्या आठ्या चढवल्या नि होकार दिला.

''पापा, तुम्हांला तिची गोड शीळ आवडली नाही?'' जीनने आश्चर्याने विचारले.

''कावळा बरा हिच्यापेक्षा —'' ग्लाडसाहेबाने उत्तर दिले, ''तो बारा महिने एकाच आवाजात ओरडतो. आणि ही लबाड... आंब्याला मोहोर आला की तेवढ्यापुरताच हिला कंठ फुटतो. माणसाच्या जातीची... बदमाष साली!''

जीन हिरमुसली; आणि अबोला धरून चालू लागली.

गार्ड-ड्यूटीवरल्या हवालदाराने सवयीने सलामी दिली. पण साहेबाच्या नक्षत्रासारख्या पोरीला पाहून बोळक्या तोंडाच्या जमादाराचेही डोळे चमकले.

मेन गेटचे दरवाजे करकरले.

ग्लाडसाहेबाने पुढे होऊन लेकीला हात दिला. तिची नाजूक पावले मेन गेटमध्ये पडली आणि सारा मेन गेट इंपोर्टेड सेन्टने भरून गेला. मेन गेटमधल्या जेलरांनी, जमादारांनी साहेबाला टाळत जेनीकडे पुन्हा पुन्हा चोरट्या, तिरप्या नजरा टाकल्या.

बालबच्चेवाल्या प्रौढ सीनियर जेलरला मात्र ग्लाडसाहेबाचे वागणे खटकले. बाई सोडाच — साधा सिव्हिलियन कपडाही नजरेस न पडणाऱ्या कैद्यांसमोरून

साहेबाने आपल्या पोरीला हिंडवावे हे काही केल्या त्याच्या हिंदू मनाला पटेना. पण ग्लाडसाहेबाला कोण बोलणार?

साहेबाने फाशी गेटचा रस्ता धरला, तशी बंदीला चाललेल्या कैद्यांच्या वखवखलेल्या बुभुक्षित नजरा वळून वळून जेनीच्या सर्वांगावरून फिरू लागल्या. पण तिच्या नजरेला नजर भिडवण्याचे धाडस मात्र कोणाला झाले नाही. कैद्यांनाच कशाला, खुद्द फाशी गेटच्या जेलरलाही झाले नाही.

ग्लाडसाहेबाने फाशी गेटमध्ये पाऊल टाकले... आणि आख्ख्या जेलमध्ये मान वर करून सरळ नजरेने फक्त नक्षलवाद्याने जेनीला पाहिले.

"कशीय?" ग्लाडसाहेबाने विचारले.

"सुंदर!" नक्षलवाद्याने उत्तर दिले.

"किती?" साहेबाने प्रश्न टाकला.

"इतकी सुंदर, इतकी की, हिला पाहिलं असतं तर अनेक रोमँटिक कवींच्या कविता जरा जास्त सुधारल्या असत्या!" नक्षलवाद्याने उत्तर दिले.

आणि सारा फाशी गेट साहेबाच्या मनमुराद गडगडण्याने भरून गेला. आपल्या पोरीच्या सौंदर्याच्या तारिफेने साहेब हरखून गेला. मोठ्या उत्सुकतेने त्याने विचारले,

"जीनला पाहून तुला आठवली का एखादी कविता?"

"नाही - मला फक्त तिच्या आईची हत्या आठवली!" नक्षलवादी अभावितपणे बोलून गेला.

पण रानगट रासवट ग्लाडसाहेबाचेही काळीज गोठून गेले, नि दगड होऊन तो जमिनीला खिळला. जेनीने चमकून नक्षलवाद्याकडे पाहिले... त्याच्या डोळ्यांत दोनचार थेंब जमा झाले होते.

साऱ्या फाशी गेटमध्ये एक असह्य शांतता पसरली. मग जेनीनेच उसने हासू चेहऱ्यावर आणले आणि ती नक्षलवाद्याला म्हणाली,

"तुम्हांला दाखवायला मी माझ्या कविता आणल्यात."

"ओह्! बघू तर खरं —" भानावर येत नक्षलवादी म्हणाला.

मग जेनीने आपल्या हातातले नोटबुक नक्षलवाद्याला दिले. नक्षलवाद्याने ते वरवर चाळले. अतिशय मोहक, भारी निळसर कागदावर सेन्ट शिंपडलेला होता. आणि रेखीव वळणदार अक्षरात बऱ्याच कविता लिहिल्या होत्या. श्रीमंत बापाच्या लाडक्या लेकीने लिहाव्या तशाच त्या कविता होत्या. चंद्र-ताऱ्यांच्या,

फुलापाखरांच्या, आणि झिजून झिजून गुळगुळीत होऊनही अमर राहिलेल्या प्रेमाच्या!

दोनचार कविता वाचून न वाचून नक्षलवाद्याने नोटबुक जीनला परत केले आणि तो म्हणाला...

''कविता अपुऱ्या आहेत.''

''का म्हणून?'' लाडिक तक्रारीने जीनने विचारले.

''यात अंगाई कुठंय?'' नक्षलवाद्याने उत्तर दिले.

''जगातली पहिली कविता स्त्रीच्या तोंडून आली - अंगाई म्हणता म्हणता. आणि म्हणून कविता मिसेस कविता आहे, मिस्टर कविता नाही!''

जेनी निरुत्तर झाली. निःस्तब्ध झाली.

बंदीचे टोल पडू लागले.

''मी एक विचारू?'' जाता जाता जेनीने विचारले. नक्षलवाद्याने होकारार्थी मान हालवली.

''तुमचं मृत्युपत्र फार सुंदर आहे. तेजस्वी आहे. एखाद्या क्रांतिकारक कवितेसारखं. पण... पण ह्या इतक्या वेदना, छळ, - तुम्हाला दुःख होत नाही?''

नक्षलवाद्याने नकारार्थी मान हालवून सांगितले,

''ज्या वेदना वांझ नसतात त्यांचं दुःख करायचं नाही!''

तटाबाहेरील चर्चमध्ये ऑर्गनचे सूर उंचावू लागले. यार्डायार्डात बत्त्या पेटू लागल्या. ग्लाडसाहेब लेकीला घेऊन माघारी चालू लागला.

❖

उताण्या घोरत पडलेल्या ग्लाडसाहेबाला नाइट-लॅंपच्या उजेडाने जाग आली आणि डोळे किलकिले करीत तो कुशीवर वळला.

— बेडरूमच्या दरवाजाशी अस्ताव्यस्त कपड्यात जेनी उभी होती. बापाला जाग आलेली पाहताच ती साहेबाच्या जवळ आली नि पलंगावर बसली. साहेबाने पाहिले, विचाराने जीनचा चेहरा शिणला होता, डोळे रडून लाल झाले होते, नि गाल सुजल्याचे दिसत होते. साहेबाला वाटले, आईच्या आठवणीने पोरीला झोप येत नसावी. मग साहेबाने तिला जवळ ओढले नि कुशीत घेत थोपटत साहेब पुटपुटला,

'झोप येत नाही माझ्या बाबाला? भीती वाटते?''

जीनने नुसती नकारार्थी मान हालवली आणि बराच वेळ बापाच्या कुशीत ती नुसती पडून राहिली. मग एकदम आवेगाने ती उठून बसली आणि बापाला गदागदा हालवीत ओरडली,

''पापा ऽ ऽ यू मस्ट बिहेव विथ ए सोल्जर लाइक ए सोल्जर!''

ग्लाडसाहेब दचकून जागा झाला. त्याची झोप पुरती उडाली नि त्याने पोरीला विचारले,

''व्हॉट डू यू मीन, जीन?''

''आय मीन... पापा, ही इज नॉट अ ट्रेटर... पापा, ही इज अ ग्रेट रेव्होल्यूशनरी ... रियली ही इज अ ब्रेव्ह सोल्जर...''

आवेगाने नि तावातावाने जीन ओरडत होती. ग्लाडसाहेब उठून बसला तसा साहेबाच्या नाइट-गाउनचा गळा आवळीत जीन म्हणाली,

''पापा, खुनी-दरोडेखोरासारखे त्याला हँग कशाला करता? जीवच घ्यायचाय त्याचा तर त्याला समोरासमोर शूट करा ना. गिव्ह हिम अ सोल्जर्स डेथ!''

सुन्न होऊन ग्लाडसाहेब जागीच उभा राहिला. साहेब निरुत्तर होता. मनोमन त्यालाही आपल्या पोरीचे म्हणणे पटले होते. एका तडफदार, तेजस्वी

क्रांतिकारकाला चोरा-चिलटांच्या हिशेबाने फासावर लटकावणे काही खरे नव्हते. पण साहेब हतबल होता, असहाय होता.

— खर्रकन ड्रॉवर ओढून साहेबाने व्हिस्कीची बाटली बाहेर काढली, नि दातांनीच तिचे बूच उडवले.

तोच जेनी पुढे झाली नि साहेबाच्या हातातली बाटली खसकन् हिसकावून घेत ओरडली,

"पापा, यू फर्स्ट आन्सर मी!"

"प्लीज, जेनी, ... जीन... प्लीज, प्लीज!" साहेबाने अजीजीने पोरीच्या हातून बाटली काढून घेतली नि घशाला लावली. चार घोट कोरेच घटाघटा प्यायल्यावर साहेबाच्या जिवात जीव आला नि तो पोरीला म्हणाला,

"जीन, यू डोण्ट नो माय पोझिशन. बट ही नोज, ही नोज दॅट आय ॲम अ लिट्ल पेटी ब्यूरॉक्रॅट."

आपणही अखेर एक सांगकामे, हुकुमाचे ताबेदार असे चाकरमानेच आहोत, या जाणिवेने साहेबातला साहेबही कोसळून पडला; आणि साहेबाने इझीचेअरमध्ये अंग टाकले. कासावीस जेनी आपल्या दुबळ्या बापाच्या मांडीवर डोके घाशीत तडफडत राहिली.

रात्र निबिड होती. अंधारी होती. तरी पण रातराणी टेचात उभी नव्हती. तिचा सुवासही कोठे दरवळत नव्हता. साहेबाच्या बंगल्यात, वरच्या बेडरूममधला क्षीण दुबळा दिवा नुसता जळत होता — नुसता जळत होता!

ग्लाडसाहेब माणसांत आल्यापासून तुरुंग म्हणजे नुसती धर्मशाळा होऊन राहिली होती. गेल्या दोन-अडीच महिन्यांत एकही दंडा कोणाच्याही पाठी तुटला नव्हता. साहेबाच्या आगमनाने वडा-पिंपळाच्या झाडांना सोडाच कैद्यांनाही चोरट्यासारखे वाटत नव्हते...

"लक्षणं काही बरी वाटत नाहीत-" सीनियर जेलर स्वत:शीच पुटपुटला. साहेब असाच वागत राहिला तर जेल अॅडमिनिस्ट्रेशनच कोसळून पडेल असे त्याला वाटू लागले होते. आणि आताशा ग्लाडसाहेबाचा दरारा नि धाकही कमी होत चालला आहे असे त्याला जाणवू लागले होते.

फाशी गेटचा तो अजागळ आणि वेंधळा जमादार, वस्तुत: त्या मूर्खाला अशा जोखमीच्या ठिकाणी राहू देणे सीनियर जेलरला मान्य नव्हते. पण जमादार आता ग्लाडसाहेबाच्या खास मर्जीतला झाला होता आणि त्याला कारणही तसेच नाजूक होते.

जमादाराची म्हातारी सुईण म्हणून प्रसिद्ध होती. आणि साहेबाच्या पोरीचे दिवस भरत आले होते. एकाच वेळी तिघा-तिघांना थंड काळजाने हँग करणाऱ्या ग्लाडसाहेबाचे काळीज मात्र त्यामुळे भित्र्या सशासारखे धडधडू लागले होते. डॉक्टरशिवाय त्या म्हातारीने सांगितलेले औषधोपचारही साहेब पोरीवर करत सुटला होता. सीनियर जेलरने साहेबाला दोन-चारदा 'त्यात काळजी करण्यासारखे काही नसते' असे समजावले हाते. पण साहेब मात्र घायकुतीला आला होता. आधीच साहेबाच्या घराने बाईमाणसाची सावलीही पाहिलेली नव्हती... त्यात जीव की प्राण पोरीचे बाळंतपण म्हणजे!...

इतर काही नाही तरी पोरीच्या बाळंतपणामुळे का होईना ग्लाडसाहेबाला माणसांची आणि समाजाची गरज भासू लागली होती. एरवी हिंस्र वाघासारखा एकटाच गुहेत डरकाळ्या फोडीत बसणारा साहेब अलीकडे माणसांत वावरू लागला होता. परवा तर तो चक्क भट्टीखान्याच्या जेलरच्या घरी दुर्गापूजेलाही जाऊन आला होता. आणि आश्चर्याची गोष्ट म्हणजे, अगदी शिपाई चपराश्यांची

पोरेटोरेही साहेबाच्या बंगल्यात खेळताना सीनियर जेलरने अलीकडे पाहिली होती.

गार्ड-ड्यूटीवरल्या शिपायांनी सलामी दिली. मेन गेटचे दरवाजे करकरले. ग्लाडसाहेब जेलमध्ये आला नि थेट ऑफिसात गेला. मग खाली मान घालून वफादार कारकुनाप्रमाणे कामात मग्न झाला.

साहेबाने दिवसभर पुरेल एवढा दराराही निर्माण केला नाही अथवा धाकही कोणाला दाखवला नाही.

तासा-तासाचे टोल पडत होते. दिवस सरत होता. शाळेतल्या कंटाळलेल्या पोरांप्रमाणे जो तो आपापले काम आटोपत होता. फाशी गेटचा जेलर सीनियर जेलरला म्हणाला,

"आताशा सर्व्हिसमध्ये काही थ्रिल राहिलं नाही."

सीनियर जेलरने एक अगतिक हुंकार दिला.

लांबवरून मोटर सायकलची धडधड ऐकू येऊ लागली. ऑफिस संपता संपता ही काय झगझग आली, या विचाराने सीनियर जेलरच्या कपाळाला आठ्या पडल्या...

रायडरने मोटरसायकल मेन गेटसमोर उभी केली नि तुरुंगात प्रवेश केला. होम डिपार्टमेंटच्या रायडरला पाहून सीनियर जेलरच्या डोक्यात तर्क-कुतर्कांनी पिंगा घालायला सुरुवात केली.

टाचा जुळवून सॅल्यूट ठोकत रायडरने सीलबंद लखोटा सीनियर जेलरच्या स्वाधीन केला, आणि पोच घेऊन तो चालता झाला!

सीनियर जेलरने लखोटा फोडला नि त्याच्या आनंदाला पारावार उरला नाही. फाशीच्या शिक्षेचा हुकूमनामा होता तो. कैदी नंबर आठसो बयालीस... वीरभूषण पटनाईक याच्या देहान्ताच्या शिक्षेवर राष्ट्रपतींचे शिक्कामोर्तब झाले होते! आणि फाशीची तारीख, वार, वेळेनिशीचा हुकूमनामा होम डिपार्टमेंटने धाडला होता.

लगबगीने सीनियर जेलर उठला. बऱ्याच दिवसांनंतर एक 'थ्रिलिंग एक्सपीरियन्स' मिळणार होता. हा हुकूमनामा पाहताच ग्लाडसाहेब नॉर्मलवर येईल याची त्याला खात्री होती. फाशीचा एकेक हुकूमनामा म्हणजे ग्लाडसाहेबाच्या लेखी 'माणसाच्या शिकारी'ची एकेक संधी. एकेकाला हँग करताना एखादे धार्मिक कृत्य केल्याचे सात्त्विक तेज साहेबाच्या तोंडावर ओसंडे.

सॅल्यूट ठोकून सीनियर जेलरने खोटा साहेबाच्या हाती दिला. बराच वेळ साहेबाने लखोट्याला हातही लावला नाही. लखोट्यात काय असेल याची जाणीव साहेबाला होती. पण टाळा म्हणून टाळण्यासारखी गोष्ट ती नव्हती. अखेर साहेबाने लखोटा उचलला नि शून्य नजरेने वाचला...

अटेन्शनमध्ये उभे राहून सीनियर जेलरची कंबर भरून आली होती. पण ग्लाडसाहेब स्थितप्रज्ञासारखा नुसता बसून होता. साहेबाच्या चेहऱ्यावर ना आसुरी झळाळी झळकली, ना दुःख उमटले.

बऱ्याच वेळाने साहेब जागचा उठला. तांब्याभर पाणी गटाघटा प्याला. डोक्यावर कॅप चढवली नि निष्प्राण हुकूम केला...

''तयारीला लागा!''

सीनियर जेलरने मान झुकवली नि तो बाहेर पडला. साहेबाने बटण दाबले. मंद पिवळसर उदास प्रकाश ऑफिसभर रेंगाळला!

— ऑफिसच्या गजा-खिडक्यातून एक अस्वस्थ रात्र डोकावू लागली होती!

त्या अस्वस्थ रात्री —

ग्लाडसाहेबाचे डोळे कोणा अज्ञात शक्तीने चराचरा कापले. बुबुळांच्या जागी खाचा पडल्या आणि गरम रक्ताचे दोन ओहोळ ग्लाडसाहेबाच्या गालांवरून वाहू लागले... ग्लाडसाहेब धडपडत उठला. एका हाताने त्याने दोन्ही डोळे घट्ट दाबून धरले आणि चाचपडत दुसऱ्या हाताने त्याने नाइट लॅम्पचे बटदन दाबले. एक मंद भावशून्य प्रकाश खोलीभर रेंगाळला. मग हळूच डोळे किलकिले करीत ग्लाडसाहेबाने आरशात पाहिले —

साहेबाच्या डोळ्यांच्या कडा भिजल्या होत्या. आणि आसवांचे दोन थेंब गालांवरून घरंगळत मानेवर सांडले होते. जखम बिखम कुठेच नव्हती. रात्री जास्त घेतल्याने डोळे थोडे लाल झाले होते इतकेच. ग्लाडसाहेबाला क्षणभर हायसे वाटले. बऱ्याच वर्षांनी भीतिदायक का होईना पण त्याला स्वप्न पडले होते.

मग त्या अनाकलनीय, भीतिदायक स्वप्नाचा अन्वयार्थ लावायचा ग्लाडसाहेब प्रयत्न करू लागला. पण विचार करकरूनही साहेबाला अर्थ लागेना. विचाराच्या निमित्ताने तो नक्षलवादी मात्र ग्लाडसाहेबाच्या डोक्यात डोकावू लागला. तसे अती पिण्याने जड झालेले डोके ग्लाडसाहेबाने एकवार गदागदा हालवले. आणि खर्रकन् ड्रॉवर ओढून व्हिस्कीच्या बाटलीचे बूच उडवले. चार

घोट तसेच कोरडे गटागटा पिऊन साहेबाने ड्रॉवर धाडकन बंद केला, लाइट घालवला, आणि डोक्यावर ब्लँकेट ओढून घेतले.

... साहेब खटल्याला समोर बसला होता. समोरच्या कैद्यांना सोल फाटेपर्यंत बुटाने तुडवत होता. तोच आकाशाला एक मोठा खळगा पडला आणि आकाश निस्तेज झाले. दाही दिशांनी बलदंड काळे ढग घोंघावत राजमहेंद्री जेलवर चालून येऊ लागले.

ग्लाडसाहेब धडपडत उठला आणि त्याने शिट्टी फुंकली. अलार्मची घंटा घणाणू लागली. हाणत ठोकत कैद्यांना बराकीत बंद केले जाऊ लागले. यार्डायार्डांतून गिनतीचे आकडे ओरडले जाऊ लागले. जेलच्या शिपायांनी जेलच्या तटाभोवती कडे केले. गार्ड-ड्यूटीवरल्या हवालदारांनी त्या काळ्या ढगांकडे संगिनी रोखल्या. तरी दाही दिशांनी कडाडत, गर्जत काळे ढग तुरुंगावर चालून येतच होते. ग्लाडसाहेबाने कमरेला पट्टा अडकवला आणि स्वत: धावत धावत तो मेन गेटच्या दरवाजाच्या बाल्कनीत येऊन उभा राहिला. पण ग्लाडसाहेबालाही न जुमानता ढग पुढे पुढे येतच होते. ग्लाडसाहेब संतापाने लालीलाल झाला आणि रिव्हॉल्वर रोखून काळ्या ढगांवर त्याने ओपनफायर केला. पण काळ्या ढगांना ना त्याची तमा ना फिकीर. तुरुंगाच्या तटाच्या अगदी जवळ येऊन काळ्या ढगांनी विजांचे लोळ तुरुंगाच्या भिंतीवर फेकायला सुरुवात केली. तटावर आदळणाऱ्या विजांच्या लोळाने तटाचा एकेक चिरा हालू लागला... दुभंगू लागला... कोसळू लागला. तोच काळ्या ढगांच्या त्या गर्दीतून एक जळता पेटता लाल ढग पुढे आला, आणि विजेचा एक झगझगीत लोळ मेन गेटवर त्याने फेकला. मेन गेटवरचा फडफडणारा तिरंगा जळून राख होऊन मातीला मिळाला, आणि मेन गेट कोसळू लागले. उडणाऱ्या धुरळ्याने ग्लाडसाहेब गुदमरून गेला, आणि दगडमातीच्या ढिगात ग्लाडसाहेब गाडला जाऊ लागला...

ग्लाडसाहेब भीतीने थरथरत जागा झाला. बेडवरच उठून बसला. त्याचे सारे अंग घामाने थबथबले होते. ब्लँकेटनेच अंग पुसून ग्लाडसाहेब पलंगावरून खाली उतरला. नाइट-गाउनचा पट्टा आवळून त्याने वाऱ्यासाठी खिडकी उघडली. बाहेर मुसळधार पाऊस कोसळत होता. विजा लखलखत होत्या.

भयाण स्वप्नांनी साहेबाच्या झोपेची अगदी चाळण उडवली होती. बेडरूममध्ये बसणेही साहेबाला असह्य झाले. मग साहेब व्हरांड्यात आला. आणि पावसाचे शिंतोडे खात इझीचेअरमध्ये बसून झोके घेऊ लागला. मरियमबरोबर आल्प्स पर्वताच्या कुशीत पाहिली तीच साहेबाची अखेरची स्वप्ने.

ती स्वप्ने गॅस चेंबरमध्ये जळाली... आणि साहेबाचा स्वप्नांशी संबंधच तुटला. ग्लाडसाहेबाच्या सूडाने भरलेल्या डोळ्यांत यायलाही स्वप्ने धजावत नसत. गेल्या पंचवीस वर्षांत चांगले किंवा वाईट, कोणतेच स्वप्न ग्लाडसाहेबाला कधी पडले नव्हते. डोळे मिटले की साहेबला शांत झोप येई. एकाच वेळी तिघातिघांना फासावर चढवूनही घरी येऊन ग्लाडसाहेब शांत झोपला होता. पण आज, नक्षलवाद्याला फासावर चढवायचे या कल्पनेनेच ग्लाडसाहेबाची झोप उडाली होती. विचार करता करता साहेबाने मान टाकली...

'मोहमयी निळ्या अवकाशात हिरवीगार पृथ्वी मंद गतीने फिरत होती. तोच एक भली मोठी करवत लखलखवीत नक्षलवादी पुढे आला. त्याने फिरणाऱ्या पृथ्वीला गुडघ्याखाली दाबून धरले आणि उत्तर ध्रुवापाशी करवत ठेवून पृथ्वीला कापायला सुरुवात केली. ग्लाडसाहेबाने त्याचे हे अघोरी कृत्य पाहिले मात्र, आणि ग्लाडसाहेब धावत पुढे आला; नक्षलवाद्याचा हात घट्ट पकडीत साहेब किंचाळला,

"ए कैदी नंबर आठसो बयालीस, ये क्या करता है?"

ग्लाडसाहेबाला दूर ढकलत निर्विकार चेहऱ्याने नक्षलवादी म्हणाला,

"दिसत नाही? आजपर्यंत किती शतकं अन्यायानं, जुलमानं माणसं गाडली गेली त्यांना बाहेर काढतोय."

"का म्हणून?" ग्लाडसाहेबाने विचारले.

"आज पुनरुत्थानाचा दिवस आहे ना!" नक्षलवाद्याने सांगितले. पुनरुत्थानाचा दिवस!

ग्लाडसाहेबाचे अंग शहारून गेले. ग्लाडसाहेबाने जागे होत सभोवार पाहिले. पावसाची झड थांबली होती. सारा आसमंत तृप्त आणि कृतार्थ दिसत होता. दूरवरच्या चर्चमध्ये पापक्षालनासाठी मंद उदास प्रार्थना ऑर्गनवर आळवल्या जात होत्या. चर्चच्या शिखराकडे थोडा वेळ एकटक ग्लाडसाहेबाने पाहिले, आणि काही तरी निश्चय करून साहेब दिवाणखान्यात आला.

"जेनी ऽ जीन ऽऽ स्वीट जीन... लिट्टल जीन... जेनी..." घर भरून हाका साहेबाने मारल्या. पण जेनीची ओ आली नाही. पोरगी मॉर्निंग वॉकला गेली असेल असे समजून ग्लाडसाहेबाने सपाता सरकवल्या आणि नाइट-गाउनमध्येच रस्ता तुडवायला सुरुवात केली.

चर्चच्या दारासमोर ग्लाडसाहेब किंचित थबकला आणि थिजल्या डोळ्यांत अपार करुणा आणि पश्चात्ताप घेऊन शिखराकडे पाहू लागला. गेली पंचवीस वर्षे प्रभूचा, धर्माचा नि चर्चचा साहेबाने केवळ द्वेष आणि तिरस्कारच केला होता.

एवढा शक्तिमान प्रभू, पण तोही एका हुकूमशहाच्या तावडीतून मरियमला वाचवू शकला नव्हता. हिटलरच्या गॅस-चेंबरमध्ये मरियमबरोबर ग्लाडसाहेबाची सर्व श्रद्धा जळून गेली होती.

— तरी पण आज ग्लाडसाहेब प्रभूच्या दारात आला होता. या क्षणाला त्या अज्ञात ईश्वराशिवाय कोणाचाही आधार त्याला नव्हता. ग्लाडसाहेबाला चर्चच्या पायऱ्या चढताना पाहून फादरलाही आश्चर्य वाटले, आणि ऑर्गनवरल्या पोराने नकळत स्वर उंचावले.

मंद पावलांनी ग्लाडसाहेब मदर मेरीच्या स्टॅच्यूपुढे आला आणि मटकन् गुडघे टेकवून त्याने मान झुकवली.

मागच्या बाकावर बसलेल्या जेनीने आपल्या बापाला गुडघे टेकवलेले पाहिले आणि तिचा जीव कळवळला. अखेर तिचा आडदांड राक्षसासारखा बापही कोणाला तरी शरण गेला तर!

ग्लाडसाहेब चर्चमधून परत आलेला पाहून खानसाम्याने डायनिंग टेबलवर ब्रेकफास्टची मांडामांड करायला सुरुवात केली. पण ग्लाडसाहेबाची अन्नावरची वासनाच उडाली होती. समोरच्या डिशला हातही न लावता अनशेपोटीच ग्लासभर पाणी पिऊन ग्लाडसाहेब उठला नि बेडरूममध्ये गेला...

बेडरूमच्या कपाटात ग्लाडसाहेबाचाच सिव्हिलियन सूट गेली कित्येक वर्षे अनाथासारखा लोंबकळत होता. ब्रशने जरा झटकून साहेबाने सिव्हिलियन सूट अंगावर चढवला, आणि 'जेनी, जॉन-स्वीट जीन... लिट्ल जीन...जेनी' अशा घरभर हाका मारीत साहेब खाली उतरला. बापाच्या हाका ऐकताच जडावलेल्या पावलांनीही अल्लड मुलीसारखी दुडूदुडू धावत जेनी हॉलमध्ये आली... बापाच्या अंगावर सिव्हिलियन सूट पाहून तिला आश्चर्यही वाटले नि हसूही फुटले. आणि टिंगलीच्या सुरात तिने बापाला विचारले, "पापा, मम्मीनं तरी तुम्हांला सिव्हिलियन सूटमध्ये कधी पाहिलं होतं का हो?"

खरे तर माराचा उल्लेख येताच ग्लाडसाहेबाच्या राठ गुबगुबीत अँग्लोइंडियन गालांवर खळी उमटायला हवी होती. तरी पण साहेबाचे गाल तसेच रुसवे राहिले होते; फुगवे राहिले होते. ग्लाडसाहेब स्वत:शीच पुटपुटला, "माझं मी तरी कुठं पाहिलंय स्वत:ला सिव्हिलियन सूटमध्ये!" मग त्याने जेनीला विचारले, "जीन, गावात चलतेस?"

''व्हाय नॉट, पापा'', जेनी उत्तरली.

ग्लाडसाहेबाने ॲक्सिलरेटरवर साहेबी खाक्यात पाय दाबला आणि चिखल उडवीत, खड्डे पाडीत झोंबणाऱ्या वाऱ्याला न जुमानता जीप भरधाव धावू लागली. वळणावर जीपचा वेग मंदावला तेव्हा साहेबाने पोरीला विचारले,

''जीन बेटा, इंडियन कल्चरची तुला माहितीय ना?''

''हा पापा. अँग्लोइंडियन असलो तरी आपण इंडियन आहोत ना पापा? शाळेत इंडियन कल्चर हा विषयच घेतला होता मी,'' जीन म्हणाली.

जीनच्या उत्तराने ग्लाडसाहेब जरा खुशीत आला आणि मग त्याने स्टिअरिंगवरली पकड ढिली न करता नोटबुक व पेन पोरीच्या हाती दिले...

''हिंदूच्या धर्मग्रंथांची चार नावं लिही यावर. आपल्याला पर्चेस करायचेत.'' ग्लाडसाहेबाने फर्मावले.

''व्हाय, पापा?'' जीनने लिहिता लिहिता विचारले.

''त्या नक्षलवाद्याला वाचायला द्यायचेत. दॅट ब्लडी यंग ब्रेव्ह मॅन-पोराचा फाशी जाताना धीर खचायला नको!'' साहेबाने सांगून टाकले.

जीनने एकटक बापाकडे पाहिले. फाशी जाताना नक्षलवाद्याचा धीर खचणार नाही हे तिने ओळखले होते. पण त्याला फाशी द्यायच्या विचाराने बापाचाच धीर खचतोय हेही ती समजून चुकली होती. तिच्या एकटक नजरेची ग्लाडसाहेबाला दादसुद्धा नव्हती. तो तिच्याशी बोलल्यासारखेपण खरे तर स्वत:शीच बोलत होता...

''जीन, आत्मा-पुनर्जन्म असतो का ते माहीत नाही मला. पण असावा. असायलाच पाहिजे. नाही तर बघ ना, मृत्यू म्हणजे सर्व संपलं असं वाटतं. नि सर्व संपलं ही भावना फार हिडीस असते, क्रूर असते. अगदी वैरीण असते पोरी...''

''पण पापा, पुनर्जन्म आहे,'' जीनने बापाचे बोलणे मध्येच तोडले.

''व्हॉट नॉनसेन्स!'' पोरीच्या अंधश्रद्धाळू भावनेवर तडकत ग्लाडसाहेब तिरसटला, ''आत्मा... पुनर्जन्म-ऑल हंबग पोएटिक कल्पना!'' ग्लाडसाहेब हेटाळणीच्या सुरात पुटपुटला.

जीप आता पुलावरून धावत होती. वाऱ्याबरोबर जेनीचे केस भुरभुरत होते. आपल्या मताशी जेनी मात्र ठाम होती. तिने लगेच बापाला प्रत्युत्तर दिले, ''नो पापा, वेस्टमध्ये सायंटिफिक रीसर्च चाललाय आणि आताशा तर सायंटिस्टदेखील आत्मा — पुनर्जन्म कल्पना मान्य करायला लागलेत.''

ग्लाडसाहेबाने कर्ररदिशी ब्रेक दाबले. फोरव्हीलर जागच्याजागी थांबली. ग्लाडसाहेबाने एकदम आवेगाने जेनीचे हात तळव्यात पकडून छातीवर दाबले. जेनीने पाहिले, तिच्या बापाच्या तोंडावरून स्वर्गीय आनंद ओथंबत होता. छाती फुटून जाईल अशा कातर स्वरात ग्लाडसाहेब पुटपुटला,

"म्हणजे जीन, मारा मला पुन्हा भेटेल? मारा मला पुन्हा भेटेल?" क्षणभरातच ती वेडी आशा, खोटा दिलासा ओसरला. ग्लाडसाहेबाचे हात थंड पडले. नजर अचेतन झाली, नि असहायपणे त्याने स्टिअरिंगवर मान टाकली.

आपल्या आडदांड राक्षसी बापाला आईच्या आठवणीने विव्हळताना पाहून जेनीचा बांध फुटला, आणि बापाच्या खांद्यावर डोके टेकवून ती हमसून हमसून रडू लागली.

खाली नदी दुथडी भरून वाहात होती. वारा रोंरावत होता. आणि ती बाप-लेक दोन्ही तीरांपासून दूर मध्येच कुठे असहायपणे स्वतःचा जीव जाळीत होती.

ठण ऽ ठण ऽ ठण ठण ऽ ऽ ऽ

सकाळचे सहा वाजले. बराकीचे ताळे खुलू लागले. कैदी नळावर, हौदावर गर्दी करू लागले.

फाशी गेटमध्ये नक्षलवाद्याने मात्र आपली कूस बदलली आणि अर्धवट झोपेत तो स्वतःशीच पुटपुटला. ''आता फक्त एक दिवस आणि एक रात्र —'' आणि कांबळे त्याने डोक्यावर ओढून घेतले...

''वासांसि जीर्णानि यथा विहाय
नवानि गृह्णाति नरोऽपराणि ।
तथा शरीराणि विहाय जीर्णा-
न्यन्यानि संयाति नवानि देही ॥

खणखणीत अनुनासिक पण शब्दबंबाळ संस्कृताने नक्षलवाद्याची झोप चाळवली आणि त्याने बाहेर पाहिले. गजांसमोर चौरंगावर गीता ठेवून एक काळा तेलंगी ब्राह्मण आपल्या द्राविडी संस्कृतात गीता पठण करीत होता. त्याच्या शब्दोच्चारांनी नक्षलवाद्याची झोपच उडाली; आणि कांबळं लपेटून तो दरवाजाजवळ येऊन ब्राह्मणाला विचारता झाला,

''पंडितजी, ये क्या चल रहा है?''

वेंधळ्या जमादाराने मध्येच तोंड घातले आणि सांगितले,

''बड्या साहेबांचा हुकूम आहे... सर्व पोथ्या वाचून त्यांचा नक्षलवाद्याला अर्थ सांगा.''

आणि ताळा खोलून एक मोठी थैली जमादाराने नक्षलवाद्याच्या हातात दिली. नक्षलवाद्याने ती पालथी केली. गीतेपासून सत्यनारायणाच्या पोथीपर्यंत चांगली पाचपंचवीस पोथ्यापुराणे होती त्यात.

''साहेबांनी जातीनं स्वतः आणलीत तुमच्यासाठी.'' जमादाराने खुलासा केला.

''साहेब बराच उदार झाला की रे तुझा!''

नक्षलवादी जमादाराला म्हणाला, आणि पोथ्या-पुराणांचा तो गठ्ठा भिंतीलगत रचून ठेवून त्यावर खापराच्या तुकड्यांचा केलेला ॲश ट्रे नक्षलवाद्याने ठेवला. नक्षलवाद्याच्या या कृत्याने आत्म्याचे अमरत्व सांगणारी ती निर्जीव बुके ओशाळून गेली!

''जिस तरह आदमी अपने वस्त्र बदल देता है, आत्मा भी उसी तरह देह बदलता है!''

तामिळी ब्राह्मणाने एकेक श्लोक अर्थासकट वाचायला सुरुवात केली. नक्षलवादी मात्र संस्कृत श्लोक म्हणताना होणाऱ्या त्याच्या वेड्यावाकड्या तोंडाकडे पाहात सिगारेट ओढीत बसला.

सकाळचा भत्ता आला तशी ब्राह्मणालाही भोजनाची आठवण झाली. आणि आत्मा अविनाशी असल्याचे सांगितले तेवढे पुरे असे वाटून तो उठला. पोथ्या त्याने बासनात बांधल्या. पळीने पंचापात्रातले पाणी नक्षलवाद्यावर उडवीत तोंडातल्या तोंडात आत्म्यालाच समजेल असा काही तरी मंत्र पुटपुटत तो जायला निघाला.

जमादार पुढे झाला नि ब्राह्मणाला दक्षिणा द्यायला साहेबाने दिलेले पैसे त्याने खिशातून काढले. जमादारासारख्या हलक्या वर्णात जन्माला आलेल्या आत्म्याकडून दुरूनच स्पर्शही न करता ओंजळीत दक्षिणा घेऊन ब्राह्मण तिथून निघाला.

त्या दशग्रंथी ब्राह्मणाला मेन गेटमधून बाहेर पडताना ग्लाडसाहेबाने पाहिले, आणि आता तरी आत्मा अविनाशी असल्याची नक्षलवाद्याची खात्री पटली असेल अशी समजूत करून साहेबाने टिफिनला हात घातला.

अन्नावरची नक्षलवाद्याची वासनाच उडाली होती. पण आलेला भत्ता तो परत पाठवीत नसे. दोन घास स्वत: खाऊन बाकी तो वेड्या कैद्याला देई, किंवा डबा आला नाहीचे निमित्त करून वेंधळा जमादार त्यावर उभा आडवा हात मारी. आताही भत्ता आला तेव्हा नक्षलवाद्याने जमादाराला हाक मारली.

''जमादारसाब, आज कुछ भोजनप्रबंध है या नही?'' ओशाळे हसत जमादार कोठडीशी आला नि आणखीन् ओशाळत म्हणाला,

''आजकल बच्चे भी शैतान हुए हैं । कई बार उनसे कहा है, भई, सरकारी आदमी हूँ मैं... कैदी खाना अच्छा नहीं । पर बेटे सुनतेही नहीं! मैं आया इधर

तो वो चले उधर... खाना तो भी कौन लाएगा?''

घास तोंडात असतानाही सफाईदार लष्करी हिंदीत जमादार आपली अडचण सांगत होता. पण त्याची खरी अडचण नक्षलवाद्यापासून लपून नव्हती. 'तेवढेच एक वेळचे जेवण सुटते' हा दारिद्र्यातून सुचणारा विचार नक्षलवाद्याला परका नव्हता.

'सो तो कहानी पुरानी है मगर नुस्खा नया । तब मैं अपनी डिविजन लेकर ॲबिसिनिया में रोमेलसे लड रहा था...'' खाता खाता रंगात येऊन युद्धात झालेल्या आपल्या उपासमारीचे रोमांचक वर्णन जमादाराने सांगायला सुरुवात केली. नक्षलवाद्यानेही आता 'दोन तासांची चिंता नाही' या खात्रीने त्याच्या गप्पांत मन घातले. तोच एकाएकी तोंडातला घास घशाखाली ढकलीत जमादार धडपडत उभा राहिला, नि नक्षलवाद्याला पायानेच ढोसत पुटपुटला.

''अंदर... अंदर... बेबी मेमसाब आता है...''

मग आधी मंद सुवास दरवळला. वाऱ्याची एक झुळूक आली. पाठोपाठ जडावलेल्या पावलांनी बड्या साहेबाची नक्षत्रासारखी बेटी आली. तिच्या एका हातात फुले होती नि दुसऱ्या हातात छोटीशी डिश होती. नक्षलवाद्याच्या कोठडीशी येऊन ती क्षणभर नुसती उभी राहिली. मग हातातली फुले देत त्याला म्हणाली,

''पापांच्या परमिशननं तुला अखेरची भेटायला आलीय.''

''बरं झालं. - उद्या तुझ्या पापांनी परमिशन दिली तरी तुला भेटता यायचं नाही,'' नक्षलवाद्याने हसून उत्तर दिले.

मृत्यूच्या सावलीतले ते नक्षलवाद्याचे हास्य जेनीच्या काळजात पुन्हा ठसून गेले. मग तिने अंदाज घेत पुस्तकांकडे पाहात त्याला विचारले,

''माझं सिलेक्शन कसंय?''

''बरंच जाडजूडय. -''नक्षलवादी

''तसं नाही, पण तुला पटलं ना?''

''काय?''

''आत्मा अमर असतो हे?''

नक्षलवादी चूप बसला. जाणीवपूर्वक गप्प बसला. आपल्या हत्येचे पातक त्याला ग्लाडसाहेबाच्या डोक्यावर पुन्हा पुन्हा चिकटवायचे नव्हते. आत्म्याच्या अमरत्वाने त्याच्या मृत्यूपासून नामानिराळे राहायचे त्या बापलेकीला मिळणारे सुख त्याला हिरावायचे नव्हते. त्याच्या गप्प बसण्याने जेनीला मात्र वाटले, ''अखेर यालाही पटलं तर!''

मग तिने हातातली डिश पुढे केली. वेंधळ्या जमादाराने नजर डिशकडे ठेवीत ताला खोलला. नक्षलवाद्याने डिश हातात घेत विचारले,

"काय आहे?"

"काही तरी स्वीट आहे. -" जेनी.

"बरं झालं, मरणाआधी गोड तोंडानं जगाचा निरोप घेता येईल," नक्षलवादी म्हणाला. आणि त्याने ती डिश पुस्तकांवर ठेवून दिली. जमादाराने दरवाजा पुन्हा बंद केला.

बराच वेळ पुन्हा नुसता शांत गेला. आणि एकदम कातरत जेनीने नक्षलवाद्याला विचारले,

"तुला मी आवडले का रे?"

"तू कोणाला आवडणार नाहीस?" - नक्षलवादी.

"मग माझं एक ऐकशील?" जेनी.

"काय?" नक्षलवादी.

"उद्या तू... तू... फक्त पंधरा दिवस... थांबून राहा. पुन्हा जन्म घेशील तो माझ्याच पोटी घे."

नक्षलवाद्याने चमकून जेनीकडे पाहिले. तिच्या डोळ्यांत पाणी तरळत होते.

"मला तुझ्यासारखा मुलगा पाहिजे. शूर आणि कवीही. फक्त पंधरा दिवस थांबशील ना!'

नक्षलवाद्याने मान खाली घातली. काय बोलावे तेच त्याला सुचेना. त्याच्यातला प्रखर बुद्धिवादी जेनीच्या भावनांपुढे निष्प्रभ होऊन गेला. त्याने काहीच उत्तर दिले नाही. तेव्हा जेनीने दोन्ही तळव्यांनी त्याचा चेहरा वर उचलीत पुन्हा काकुळतीला येऊन विचारले,

"मी तुला आवडते ना रे? येशील ना माझ्या पोटी?"

नक्षलवाद्याची छाती भरून आली. त्याच्या तोंडून श्वासही फुटेना. मग त्याने नुसती होकारार्थी मान हालवली. तसे जेनीने एकदम त्याला जवळ ओढले नि, त्याचे डोके आपल्या छातीत खुपसून घेऊन तान्हुल्या बाळाचे घ्यावे तसे त्याच्या कपाळाचे पटापट मुके घेतले, नि ती पुन्हा पुन्हा पुटपुटली,

"वाट बघते हं राजा तुझी, - वाट बघते..."

◆

उन्हे उतरणीला लागली होती. सावल्या लांबू लागल्या होत्या. बंदीची वेळ आली होती. एकदा बंदी होऊन सहाचे टोल पडले की ग्लाडसाहेबाला निघायला हवे होते. फाशीची पूर्वतयारी तपासायला पाहिजे होती. सुरक्षिततेची सर्व काळजी डोळ्यांत तेल घालून घ्यायला हवी होती. ऑर्डलीने साहेबाचा पोशाख आणून समोर ठेवला आणि बूट चकचकीत करावयास सुरुवात केली...

ग्लाडसाहेब उठला. आतापावेतो त्याने स्वतःला सावरले होते. मनःक्षोभ संपवला होता. नेहमीच्याच थंड रक्ताने आणखी एकाला फासाला टांगायला तो पूर्ण तयार झाला होता. खर्रकन् ड्रॉवर उघडून त्याने व्हिस्कीची बाटली काढली. चार घोट कोरडेच गटागटा घेतले. तोच फोन खणखणला.

खणखणणाऱ्या फोनकडे पाहात बराच वेळ ग्लाडसाहेब बसून राहिला. निदान हा तरी फोन फाशी कॅन्सल झाल्याचा असावा असे त्याला वाटले. त्याच्या कारकीर्दीत एका बड्या पुढाऱ्याला नऊ आदिवासींना जिवंत जाळल्याबद्दल चार वेळा फाशीची शिक्षा झाली होती. पण तो एक बडा पुढारी असल्याने फाशीच्या आदल्या रात्रीच त्याची शिक्षा रद्द झाली होती. इतकेच नव्हे तर, दोन वर्षांनी त्याला सोडूनही देण्यात आले होते. जर एका नरपशूची फाशी रद्द होऊ शकते तर एका तरुण, बुद्धिमान क्रांतिकारकाची शिक्षा रद्द व्हायला काय हरकत होती?

ग्लाडसाहेबाने फोन उचलला. सीनियर जेलर बोलत होता— ''सर, कैदी नंबर सातसो अडतीस...''

''कोण? ग्लाडसाहेबाने विचारले.

''सर, तो फाशी गेटचा वेडा कैदी. आज दुपारी तो जो झोपला तो उठलाच नाही. झोपेतच मेला असावा.''

''असेल. तसाच राहू दे. मी येतो.'' ग्लाडसाहेबाने हुकूम फर्मावला आणि ऑर्डलीने साहेबाच्या पायांत बूट चढविले...

सूर्य अस्ताला चालला होता. आकाश शेंदरी झाले होते. संपूर्ण तुरुंगावर

मृत्यूचे सावट पसरू लागले होते. तुरुंगाच्या दगडी भिंती नुसत्या अंधाराचे रूप धारण करू लागल्या होत्या.

पाखरांची किलबिल एकदम शांत झाली. रस्ता निर्मनुष्य झाला. काळ्याशार डांबरी रस्त्यावर पावले खाड् खाड् वाजू लागली. गार्ड-ड्यूटीवरले हवालदार अटेन्शनमध्ये उभे राहिले.

— ग्लाडसाहेब तुरुंगाकडे चालला होता!

ग्लाडसाहेबाने फाशी गेटमध्ये पाऊल टाकले. समोरच्या साऱ्या कोठड्या अगदी मोकळ्या, माणसाच्या निष्प्राण कुडीप्रमाणे, अचेतन होऊन पडल्या होत्या. केवळ एकाच कोठडीत दिवा लुकलुकत होता. नक्षलवादी मात्र त्या मिणमिणत्या उजेडात लिहीत बसला होता. आणि दुसऱ्या कोठडीत त्या वेड्या कैद्याचा निष्प्राण देह. साहेबाच्या डोक्यात विचार आला — उद्या रात्री संपूर्ण फाशी गेटमध्ये अंधार असेल. पुन्हा या फाशी गेटमध्ये कोणी फाशीची शिक्षा लागून येऊ नये. पुन्हा या फाशी गेटमध्ये विझण्यासाठी दिवे पेटू नयेत.

ग्लाडसाहेबाला आलेला पाहाताच फाशी गेटचा वेंधळा जमादार, जेलर आणि सीनियर जेलर पुढे सरसावले. साहेबाला सलाम ठोकून जमादार सांगू लागला —

"साहेब, सकाळचा भत्ता खाल्ल्यानंतर वेडा कैदी जो झोपला तो उठलाच नाही. संशय आला म्हणून मघाशी आत जाऊन त्याला पाहिले तर मेलेला..."

"आर. एम्. ओ. ने तपासले?" — ग्लाडसाहेबाने प्रश्न केला.

"नो सर; आज सकाळीच भाऊ आजारी असल्याची तार आली असं सांगून नि लीव्ह ऑप्लिकेशन टाकून आर. एम्. ओ. निघून गेले."

सीनियर जेलरने उत्तर दिले.

"गांडू साला!" ग्लाडसाहेब उद्वेगाने बोलला, "या आर. एम्. ओ. ची ही सवयच आहे. नेमका फाशीच्या दिवशी काही तरी निमित्त काढून लीव्ह ऑप्लिकेशन टाकून चालता होतो."

"मला वाटतं सर, डॉक्टरांना फाशीच्या शिक्षेच्या वेळी हजर राहणं सहन होत नसावं," सीनियर जेलरने शंका व्यक्त केली.

"मग साला झाला कशाला जेलचा डॉक्टर?" ग्लाडसाहेब बोलला. "भडवे माणसाला उभा-आडवा चिरतात ऑपरेशन टेबलावर तरी फाशी देताना पाहून तंतरतात. नॉन्सेन्स! झाले कशाला जेलचे डॉक्टर!" ग्लाडसाहेब तिरस्कारला.

मग जरा वेळ शांतता पसरली आणि नेहमीच्या खाक्याप्रमाणे आल्या प्रसंगातून ग्लाडसाहेबानेच मार्ग काढला.

"असं करा, उद्या सकाळी सिव्हिल सर्जन येईलच, तेव्हा नक्षलवाद्याबरोबर या वेड्याचंही पोस्टमॉर्टेम करून टाका, आणि रिपोर्ट तयार करा."

नुसत्या माना हालवून सर्वांनी साहेबाचा हुकूम स्वीकारला. मग पुन्हा जरा वेळ शांतता पसरली. साहेब जायला निघाला तेव्हा वेंधळ्या जमादाराला त्याने सहज विचारले,

"जमादार, मरण्याआधीदेखील हा वेडा कैदी 'मैंने खून किया नहीं, मैंने खून किया नहीं' असेच ओरडत होता का?"

"नाही, साहेब. आज तो एकदाही तसं ओरडला नाही. आज सकाळपासून तो फक्त गात होता." जमादाराने उत्तर दिले.

जमादाराची माहिती ऐकून ग्लाडसाहेबाला आश्चर्य वाटले; आणि जमादाराला त्याने सहज विचारले. "काय गात होता?"

जमादाराने लगेच गाण्याचे बोल सांगितले —

'हे प्रिये, तुझ्यासाठी...'

साहेब दगड होऊन जमिनीला खिळला. बऱ्याच वेळाने भानावर आला आणि जड पावलाने फाशी गेटमधून बाहेर पडला.

एव्हाना रातकिड्यांची किरकिर सुरू झाली होती!

''उंच शिखर असलेल्या चर्चमध्ये शिरतोय आपण!''

ग्लाडसाहेबाला नक्षलवाद्याचे शब्द आठवले.

साहेब क्षणभर थांबला, आणि त्याने समोर नजर टाकली.

फाशीच्या कोठडीसमोरचे मैदान खुरपून स्वच्छ केले होते. गवताचे एकसुद्धा हिरवे पाते शिल्लक नव्हते.

— जणू जीवनाचा अवशेषच नव्हता!

मग ग्लाडसाहेब चार पावले पुढे सरकला, आणि बुटाने अलगद त्याने दरवाजा ढकलला.

कोठडीचा दरवाजा वाजवीपेक्षा जरा जास्त करकरला, तसे साहेबाने निरीक्षण केले. बिजागरी गंजली होती.

''बिजागरी नवीन बसवून घ्या.'' साहेबाने फर्मावले. फाशी गेटच्या जेलरने तत्परतेने नोटबुकमध्ये साहेबाचा हुकूम लिहून घेतला.

मग साहेबाने कोठडीत पाऊल टाकले.

सारी कोठडी फिनेल मारून स्वच्छ धुऊन काढली होती. भिंतीही लखख केल्या होत्या. एकदम वहीच्या एखाद्या कोऱ्या पानाप्रमाणे. मग साहेब स्वतःला सावरीत स्लोपवरून आढ्याखालच्या खड्ड्यात उतरला. डोक्यावरली फळी आणि पायाखालची फरशी यांत बरोबर आठ फूट अंतर आहे हे त्याने पुन्हा तपासले. मग उलट पावली परत येऊन तो स्लोपवरून आढ्यावर चढला. फासाखालच्या फळ्यांना दोन-चार सणसणीत लाथा हाणून त्या भक्कम आहेत की नाही ते तपासले. मग हलकेच उडी मारून वरचा बार पकडून एक प्लस त्याने काढली. बार भक्कम होता. पण थोडासा फिरला. मग त्याने बारचे भिंतीतले स्क्रू पिळायचा हुकूम सोडला...

फाशी गेटच्या जेलरने त्वरित सुतारखात्याच्या वॉर्डरला बोलावणे धाडले. ग्लाडसाहेबाने हयगय नको म्हणून पुन्हा फळ्या तपासल्या. तेलपाणी खाऊन चकाकणाऱ्या त्या फळ्या-माणसाच्या रक्ताकरता जिभा लवलवत होत्या.

अखेर ग्लाडसाहेबाने दोराला हात घातला. लोण्यात तीन दिवस बुडवून वळलेला फासाचा दोर हातात ठरत नव्हता. जरा मुठीत पकडला की सर्रकन् सरकत होता. साहेबाने दोराचा पितळी हूक पाहिला. नेहमीप्रमाणेच तो जड नि थंड होता. कैद्याच्या कानशिलाखाली गपूकन रुतून मज्जारज्जू तोडून टाकण्यास तो समर्थ होता. सारे काही जेथल्या तेथे बिनबोभाट पाहून साहेब प्रसन्न झाला आणि त्याने ट्रायलचा हुकूम केला.

दोघे शिपाई पोते फरफटवीत घेऊन आले. साहेबाने पोत्याला काटा लावला. बरोबर एकशेचाळीस पौंड. मग रजिस्टरमध्ये डोके घालून नक्षलवाद्याचेही वजन तेवढेच असल्याची खात्री त्याने करून घेतली.

शिपायांनी पोते फरफटवीत फळीवर नेऊन उभे केले. फाशी गेटच्या जेलरने फासाचा दोर पोत्याभोवती बसवला. पितळी हूक वाळूत रुतला आणि पोते जाम झाले. फाशी गेटचा जेलर खाली उतरला. सीनियर आणि तो एका रांगेत उभे राहिले.

मग ग्लाडसाहेबाने खटका ओढला.

खडाड् ऽ ऽ खाड् ऽ ऽ ऽ

‘फळ्या दाणदाण आपटल्या. त्यांचा आवाज बंद कोठडीत गोल गोल घुमला.

— आणि ग्लाडसाहेबाचे काळीज लखलखले. त्याच्या हातातला कंप सुटला आणि पाय थरथरू लागले.

फासाने गोणपाट फाटून पोत्यातील वाळू भसाभसा खड्ड्यात सांडत होती. आणि सांडणाऱ्या त्या वाळूच्या वेगाने साहेबाचा धीरही खचत होता.

‘‘सब ठीक है.... सब ठीक है....

यार्डायार्डात रात्रपाळीचे हवालदार ओरडत होते.

फाशी गेटचा दरवाजा उघडला, नि साहेब बाहेर पडला.

वेंधळ्या जमादाराने गडबडीने पुढे होत साहेबाच्या डोक्यावर छत्री धरली.

मुसळधार पाऊस कोसळत होता. विजा लखलखत होत्या. ढग गडगडत होते.

फाशीची पूर्ण तयारी झाली होती.

मेन गेटच्या फरसबंदीवर नालबंद बूट आपटू लागले. तटाबाहेरील आर्म्ड हवालदार एकेक करीत आत येऊ लागले. यार्डायार्डातला पहारा वाढू लागला. मध्यरात्रीच पुन्हा एकदा गिनती घेण्यात आली...

खरे तर एवढ्या कडेकोट बंदोबस्ताची काहीच गरज नव्हती. लांडग्याविरुद्ध मेंढ्या कदीच बंड करू शकत नाहीत. पण रिवाज म्हणजे रिवाज... सारे कसे अगदी रीतीप्रमाणे झाले पाहिजे.

ग्लाडसाहेब आपल्या ऑफिसात येऊन स्थानापन्न झाला. नक्षलवाद्याचे सर्व केसपेपर्स नि रजिस्टर त्याच्या पुढे ठेवण्यात आले. साहेबाने ते पुन्हा पुन्हा डोळ्यांखालून घातले, आणि सर्व काही बरोबर असल्याची खात्री करून घेतली.

"सब ठीक है... सब ठीक है..."

... साहेबाने खिशातून व्हिस्कीचा पाइंट काढून तोंडाला लावला. त्याचे जरा वेळ लखलखलेले काळीज पुन्हा गोठू लागले नि हातापायांच्या नसा पुन्हा फुलू लागल्या. साहेबाच्या जिवात जीव आला नि फाशीचे दोर अधिकच निष्प्राण झाले!

"सर, टेलिफोन लाइन इज आउट ऑफ ऑर्डर."

— सीनियरने साहेबाला इन्फॉर्म केले.

"व्हॉट?"

ग्लाडसाहेबाने त्रासिकपणे कातावून विचारले. मग रिसीव्हर घेऊन कानाला लावला. चार वेळा नंबर फिरवला, आणि लाइन डेड आहे हे पाहून रिसीव्हर दाणकन आपटला.

"आय हँग्ड् वन हंड्रेड अँड एटीन क्रिमिनल्स..."

ग्लाडसाहेब चिडून सांगू लागला, "पण या नक्षलवाद्याइतका मनस्ताप मला कधी झाला नाही. नाउ व्हॉट दि हेल डू आय डू?"

ग्लाडसाहेबापुढे मोठा प्रश्न पडला होता. रीतीप्रमाणे मध्यरात्रीच सिव्हिल सर्जनला जेलमध्ये आणले जात असे. मग सकाळी सहाच्या ठोक्याला फाशी, पण आज सिव्हिल सर्जनचा अजूनपर्यंत पत्ता नव्हता. नदी-नाले भरून चालले होते... तुरुंगाचा शहराशी असलेला संबंधच तुटला होता; आणि टेलिफोन आउट ऑफ ऑर्डर.

"सर, रायडरला वैजाघ रोडनं पाठवू."

सीनियरने उपाय सुचवला; आणि हाताखालच्या माणसाने सुचवलेला मार्गही ग्लाडसाहेबाने मान्य केला. मान्य करण्याशिवाय गत्यंतरच नव्हते. रस्ता दूरचा आणि खराब होता. मोटर-सायकलवरून मेसेंजरने जावे आणि डी. एस्. पी. कडून पोलीस-जीप घेऊन सिव्हिल सर्जनला घेऊन यावे असे ठरले. नाही तरी नाल्याचे पाणी फार वेळ राहात नसेच. पहाटेपर्यंत सिव्हिल सर्जनला आणणे जरुरीचे होते. सिव्हिल सर्जनबरोबरच डिस्ट्रिक्ट मॅजिस्ट्रेटही येणार होता.

सीनियरने डी. एस्. पी. साठी दिलेला तर्जुमा टायपिस्टने ताड् ताड् टाइप केला. ग्लाडसाहेबाने नजरेखाली घालून सही ठोकली. मेन गेटच्या जेलरने मेसेज घाईगर्दीने लखोट्यात घालून सीलबंद केला. आपला पाण्याने जड झालेला रेनकोट सांभाळत रायडर मोटर-सायकलवरून चालता झाला.

सीनियरने हॅट काढून डोक्यावरचा घाम पुसला. ग्लाडसाहेबाने व्हिस्कीचा पाइंट तोंडाला लावला.

रायडरला जाऊन तासभर लोटला होता. पण पावसाचा जोर काही कमी झाला नव्हता. आकाश फाटल्यासारखा धो धो पाऊस पडत होता. रस्त्यावर गुडघाभर पाणी साचले होते. इतकेच काय, पण मेन गेटमध्ये घोटाभर पाणी साचले होते. फाशी गेटच्या कोठडीत पाणी जाते की काय याची फाशी गेटच्या जेलरला चिंता लागून राहिली होती. त्याने सीनियरची फॉर्मल परमिशन घेतली आणि चार वॉर्डर्स, वॉचमन बराकीतून उठवून आणले. भट्टीखान्यातून वाळूची पोती आणवून फाशीच्या कोठडीच्या दरवाजासमोर टाकून घ्यायला सुरुवात केली.

एकंदरीत एरवीच फाशीची रात्र फार अभद्र असे. पण आजची रात्र नुसती अभद्रच नाही तर चमत्कारिकही होती. स्टाफपैकी कोणच्याही डोळ्याला डोळा लागत नव्हता. पहाऱ्यावरल्या हवालदार-जमादारांपासून सीनियरसाहेबापर्यंत सारे ताटकळत सहाच्या टोलची वाट पाहात होते. एकदा खटका ओढला गेला, सहाचे टोल पडून यार्डायार्डात 'सब ठीक है'चा पुकारा झाला की सारे चिंता आणि क्लेश यांतून सुटणार होते.

पहाऱ्यावरल्या रात्रपाळीच्या हवालदारांची मात्र आज चांगलीच कुचंबणा झाली होती. संध्याकाळी रोलकॉल झाल्या झाल्या त्यांना ड्यूटीज वाटून यार्डायार्डात धाडले गेले होते. जेवायलाही उसंत मिळाली नव्हती. त्यात आज फाशीचा दिवस असल्याने एकाही यार्डात एकाही बराकीत हंडी पेटली नव्हती. समाजातल्या घाणीतला घाण असलेल्या त्या निर्ढावलेल्या गुन्हेगारांच्या जगातही फाशीच्या रात्री हंडी पेटविणे, गांजा-चरसाच्या चिलमी फिरवणे, नाही तर जुगाराचा डाव मांडणे असभ्यपणाचे समजले जाई. अंगाचे मुटकुळे करून आढ्याला डोळे लावून सारे बंदी संपायची वाट पाहात नुसते पडून राहिले होते. त्यांच्याचपैकी एकजण आज फाशी जाणार होता.

— फाशी गेटमधल्या आपल्या कोठडीत नक्षलवादी मात्र मायकोवस्कीच्या पोएम्स वाचता वाचता शांत झोपी गेला होता.

मुसळधार पावसात छत्री सांभाळत बड्या साहेबाचा सेंट्री येताना पाहून मेन गेटच्या जमादाराने दरवाजा खोलला. सेंट्री काकडत काकडत आत आला.

"साब है?" जमादाराला त्याने विचारले.

'हां, है ।" जमादाराने उत्तर दिले.

"बडे सा ऽ ब —" सेंट्रीने ग्लाडसाहेबाला सलाम ठोकत हाक मारली.

'क्या है?''

''साब, बेबी मेमसाब को बहुत तकलीफ होता है; आप को पुकारता है...''

सेंट्रीला धड काही सांगता येईना. पण त्याच्या गोंधळलेल्या, गडबडलेल्या चेहऱ्याने सांगायचे ते सांगितले. ग्लाडसाहेब धडपडत उठला. सीनियरनेही डोक्यावर लगेच हॅट चढवली.

''सर, फ्रॉम दि येस्टरडे नर्स इज अ‍ॅटेंडिंग हर!''

सीनियरने साहेबाला इन्फॉर्म केले. गेल्या दोन दिवसांपासून जेल हॉस्पिटलमधली नर्स बेबी मेमसाबच्या देखभालीसाठी ग्लाडसाहेबाच्याच बंगल्यावर मुक्काम ठोकून होती. आणि शहरातल्या वीमेन्स स्पेशालिस्टने तारीखही तशी दोन आठवडे पुढचीच दिली होती. तसे चार-दोन दिवस पुढेमागे होतातच. ''त्यात काळजी करण्यासारखे काही नसते.'' सीनियरने नेहमीचेच पालुपद लावले. पण पोरगी ग्लाडसाहेबाची होती.

'एकदा समक्ष पाहून आलेलंच चांगलं-' ग्लाडसाहेबाने विचार केला. मग ग्लाडसाहेब आणि पाठोपाठ सीनियर मुसळधार पावसात बंगल्याकडे चालू लागले. सेंट्रीने स्वत: भिजत साहेबांच्या डोक्यावर छत्री धरून साहेबाची पाठ धरली.

ग्लाडसाहेब बंगल्याच्या फाटकाशी आला नि जेनीच्या किंकाळीने मटकन् फाटकाला टेकला. त्याच्याच्याने पाउल उचलेना. जेनीच्या जीवघेण्या किंकाळ्यांनी त्याच्या काळजाचे पाणी पाणी होऊन गेले. त्याच्या पायाला कंप सुटला. सीनियरने परिस्थिती ओळखली आणि साहेबाला धीर देऊन, बंगल्याकडे चालवण्यास सुरुवात केली. तसा सीनियर खालच्या रँकचा असला तरी या बाबतीत मात्र ग्लाडसाहेबाला तो सीनियर होता. चार पोरांचा बाप नि दोन नातवांचा आजा होता. ग्लाडसाहेबही स्वत:च्या खांद्यावरल्या फिती विसरला नि मदतीच्या, सल्लामसलतीच्या आशेने आशाळभूत नजरेने सीनियरकडे पाहू लागला.

''यू डोन्ट वरी सर, देअर इज नथिंग सीरियस.'' सीनियरने साहेबाला धीर दिला खरा, पण बंगल्यात पाऊल टाकताच एकंदर वातावरण पाहून तो मनोमन हादरला.

खालच्या हॉलमध्ये शिपाय-जेलरांच्या चार बाया कडबोळे करून बसल्या होत्या. लांब आणि गंभीर चेहऱ्यांनी आपापसात कुजबुजत होत्या. सीनियरला पाहताच जराशी पोक्त अशी एक बाई उठली... सीनियरच्या कानात तेलगूत काही कुजबुजली. सीनियरचा चेहरा अधिकच गंभीर झाला.

''हाउ इज शी? व्हॉट डज शी से?''

ग्लाडसाहेबाने काकुळतीला येऊन पुन्हा पुन्हा विचारले. पण सीनियर एक शब्द न बोलता पायऱ्या चढू लागला. वरच्या व्हारांड्यात सीनियरबरोबर ग्लाडसाहेब आला नि जेनीच्या किंचाळण्याने मटकन् खुर्चीत बसला. सीनियरने बेडरूमच्या दरवाजावर टकटक केले. बेडरूमचा दरवाजा थोडा कलकलला... चेहऱ्यावरचा घाम पुशीत नर्स बाहेर आली, आणि सीनियरला तिने सांगितले,

''केस गंभीर आहे. लगेच सिझेरियन केलं नाही तर पेशंट वाचणार नाही.''

सीनियर दगड होऊन मातीला खिळला. ग्लाडसाहेब धावत पुढे झाला नि नर्सचे खांदे धरून गदागदा हालवीत काय झाले ते विचारू लागला. नर्सने पुन्हा तेच उत्तर दिले. ग्लाडसाहेब गडबडला, गोंधळला. मग वेड्यासारखे बडबडला, ''अँब्यूलन्स! - अँब्यूलन्स!''

ग्लाडसाहेब गडबडला होता तरी सीनियर पूर्ण शुद्धीवर होता. अँब्यूलन्स बोलावून काही उपयोग नव्हता. इतक्या सीरियस पेशंटला अँब्यूलन्समधून नेणे आधी अवघड होते. त्यात शहराशी संबंधच तुटलेला होता.

''कोणी... कोणी सर्जन अॅव्हेलेबल नाही?''

ग्लाडसाहेबाने पुन्हा पुन्हा वेड्यासारखा तोच प्रश्न विचारला. पण आर. एम्. ओ. रजेवर गेला होता; आणि सिव्हिल सर्जन यायला पहाट उजाडायला हवी होती. शहरात जाणे तर अशक्यच होते. सीनियरने मन घट्ट करून साहेबाला सांगितले,

''सर, वुई हॅव टु वेट अंटिल मॉर्निंग.''

पण सकाळपर्यंत थांबणे अशक्य होते. नर्सने एकदम विचारले,

''सर, तो नक्षलवादी चांगला सर्जन आहे ना?''

सीनियरने डोळे वटारून नर्सला दाटण्याचा प्रयत्न केला. पण नर्सचे तिकडे लक्षच गेले नाही. तिने सरळ ग्लाडसाहेबालाच विचारले,

''सर, त्या नक्षलवाद्यालाच बोलावून घ्या ना. आर. एम्. ओ. सांगत होते, ही इज ए व्हेरी गुड् सर्जन. इक्विपमेन्टस् सर्व आहेत आपल्याकडे!''

नर्सचा सल्ला ऐकून ग्लाडसाहेब फंक झाला. फाशीच्या कैद्याला तुरुंगात देखील फाशी गेटच्या बाहेर काढण्याचा कायदा नव्हता. तशात ज्याला चार तासांनी फाशी द्यायचे त्यालाच तुरुंगाबाहेर काढायचे? अशक्य अशक्य!

पण जेनीच्या वाढत्या किंचाळ्यांनी ग्लाडसाहेब अधिकाधिक हतबल होत चालला होता. पोरीचा जीव वाचवायचा असेल तर कायदा धाब्यावर

बसवण्याशिवाय गत्यंतर नव्हते. आणि कायद्याबाहेर जाऊन वागणे साहेबाच्या शिस्तीत बसत नव्हते.

जेनीच्या एका आर्त किंचाळीने सीनियर दचकला. ग्लाडसाहेब अधिकच रडवेला झाला. तशी नर्स संतापाने फणफणली आणि ग्लाडसाहेबाला फाड्दिशी बोलली,

"मिस्टर ग्लाड, यू टेक युवर ओन डिसीजन इमीजिएटली. जर काही बरंवाईट झालं तर मग मला ब्लेम करू नका!"

ग्लाडसाहेब ताड्कन उभा राहिला. व्हिस्कीचा पाइंट त्याने तोंडाला लावला आणि नर्सला हुकूम सोडला, "तू इक्विपमेंटस् मागवून घे, सर्जन आम्ही आणतो!"

साहेबाचा हुकूम सुटला होता. फाशी गेली खड्ड्यात. साहेबाचा हुकूम मानणे अधिक महत्त्वाचे होते. सेंट्री परिस्थिती ओळखून फाशी गेटच्या जेलरला इन्फॉर्म करायला पुढे धावत निघाला. सीनियरने साहेबाला सॅल्यूट ठोकला, आणि साहेबाच्या बेकायदेशीर हुकुमाची तामिली करायला तो तुरुंगाकडे चालू लागला.

❖

सीनियर जेलर खाड् खाड् चालत होता. गार्ड-ड्यूटीवरले जमादार रायफली सावरत त्याच्या मागोमाग पळत होते. फाशी गेटचा जेलर सीनियर साहेबाची वाटच पाहात होता. सीनियर साहेबाला पाहताच त्याने हुकूम केला नि फाशी गेटचा दरवाजा करकरला. साऱ्या लवाजम्यासहित सीनियरसाहेब नक्षलवाद्याच्या कोठडीसमोर येऊन उभा ठाकला.

फाशीच्या कोठडीत गळफास लोंबत होता.

बाहेर वादळाने आणि पावसाने आकांडतांडव घातले होते.

क्षणाक्षणाला घड्याळाचा काटा सहाच्या दिशेने सरकत होता.

पण नक्षलवादी मात्र आपल्या कोठडीत शांत चित्ताने झोपी गेला होता, आणि मायकोवस्कीच्या पोएम्स त्याच्या हृदयाचे ठोके मोजत त्याच्या छातीवर उपड्या पडल्या होत्या.

सीयिनर जेलरची क्षणभर मती गुंग झाली. चार तासाने ज्याला हँग करायचे आहे त्याच्याकडून ग्लाडसाहेबाच्या मुलीसाठी जीवदान कसे मागावे हेच त्याला सुचेना. मग त्याने हातातला दंडा नुसता गजांवरून फिरवला...

कड्-कड्-कड्-कड्-कड्-कड्... आवाजाने नक्षलवाद्याची झोप चाळवली.

"डॉक्टर... डॉक्टर..." सीनियर साहेबाने अडखळत्या घोगऱ्या आवाजात हाका मारल्या.

नक्षलवादी जागा झाला. एकवार त्याने छताकडे नजर टाकली, आणि मग उठता उठता त्याने सीनियर साहेबाला विचारले, "निघायची वेळ झाली?"

सीनियर जेलरने नुसती नकारार्थी मान हालवली.

"देन व्हाय डू यू डिस्टर्ब मी?" नक्षलवाद्याने प्रश्न केला.

क्षणभर सीनियर साहेब गप्प राहिला. मग पुटपुटला —

"ग्लाडसाहेब तुमची वाट पाहताहेत. जेनी अडलीय —"

सीनियर जेलरच्या बोलण्याने नक्षलवादी स्तंभितच झाला.

"कोणी डॉक्टर अॅव्हेलेबल नाही?" त्याने विचारले.

‘‘बाय गॉड, ओन्ली यू आर देअर.’’ सीनियरने उत्तर दिले.

‘‘पण इक्विपमेंट्स?...’’

‘‘नर्सने बंगल्यावर नेलीत.’’ सीनियरने उत्तर दिले.

नक्षलवाद्याने थोडा वेळ स्वत:शीच विचार केला. मग तो उठून सीनियर जेलरसमोर गेला, आणि साहेबाला डोळा घालीत म्हणाला,

‘‘चला, तेवढेच पुण्य गाठीला.’’

वेंधळ्या जमादाराने क्षणाचीही वाट न पाहता दरवाजा उघडला. फाशी गेटच्या जेलरने नक्षलवाद्याच्या हातात बेड्या चढवल्या आणि एक बेडी आपल्या हाताला अडकवून नक्षलवाद्याला चलायचा इशारा केला. नक्षलवाद्याने बाहेर पाऊल टाकले नि गार्ड-ड्यूटीवरले हत्यारी शिपाई पुढे-मागे उभे राहिले.

कैदी नंबर आठसो बयालीस, डॉक्टर वीरभूषण पटनाईक चालू लागला.

जीपची पाठ मेन गेटला लावून ड्रायव्हर तयारच होता. नक्षलवादी शिपायांसकट जीपमध्ये चढला नि सुसाट धावत जीप साहेबाच्या बंगल्याच्या फाटकाशी येऊन उभी राहिली. नक्षलवाद्याने जमिनीवर पाऊल टाकले नि मोकळ्या हवेचा आणि रातराणीच्या सुवासाचा एक दीर्घ श्वास घेतला. सीनियर जेलर पुढे झाला, आणि सारा लवाजमा जिना चढू लागला.

व्हरांड्यात ग्लाडसाहेब त्यांचीच वाट पाहात उभा होता. आत त्याची लाडकी लेक प्रसूतीच्या असह्य वेदनांनी तडफडत होती, रडत-ओरडत होती.

‘‘हॅलो मिस्टर ग्लाड, हाउ आर यू?’’ नक्षलवाद्याने नेहमीचे स्मित केले.

ग्लाडसाहेब लाचार... दीनवाणा होऊन नक्षलवाद्याला सामोरा गेला. ज्याच्याशी उभा दावा मांडला त्या वैऱ्याकडेच फाशी देण्याआधी आपल्या मुलीचे प्राण कसे मागावे ते साहेबाला समजेना... आणि हा कैदी आपल्या मुलीचा जीव तर घेणार नाही ना, ही भीतीही त्याच्या मनातून जाईना.

जेनीच्या किंचाळीने पुन्हा त्या दगडी भिंतीच्या पाषाण अंगावर काटा उभा राहिला, नि पुन्हा ग्लाडसाहेबाचे काळीज फाटले. मग एकदम पुढे होऊन त्याने आपली कॅप नक्षलवाद्याच्या पायावर ठेवली नि कमरेचे रिव्हॉल्व्हर नक्षलवाद्याच्या हाती देत साहेब कळवळला.

‘‘यू कॅन शूट मी माय बॉय... बट सेव्ह माय डॉटर फॉर द सेक ऑफ गॉड, — सेव्ह माय डॉटर...’’

‘‘मिस्टर ग्लाड, जगातल्या कोणत्याही सर्जननं पायात दंडा-बेडी असताना हातात नाइफ घेतलेली नाहीय...’’ नक्षलवादी निर्विकारपणे म्हणाला. ग्लाडसाहेब

भानावर आला आणि ओशाळत पुटपुटला...

"आय ॲम व्हेरी सॉरी माय बॉय. व्हेरी सॉरी..." आणि तात्काळ रिव्हॉल्व्हरच्या दोन आवाजांनी ग्लाडसाहेबाने नक्षलवाद्याला बंधमुक्त केले. पायांना ओरखडाही न गेलेला पाहून नक्षलवादी आश्चर्यचकित झाला नि साहेबाला म्हणाला,

"रिव्हॉल्व्हर म्हणजे तुमच्यासाठी खेळणंय मि. ग्लाड."

नक्षलवाद्याच्या कॉम्प्लिमेंट्सनी साहेब किंचित सुखावला.

मग साहेबाबरोबर नक्षलवादी बेडरूममध्ये आला. वेदनांनी तडफडणाऱ्या जेनीच्या कपाळावर मायेचा हात फिरवून नक्षलवादी तिच्या कानात कुजबुजला...

"जीन, ज्या वेदना वांझ नसतात त्यांचं दुःख करायचं नसतं."

त्याला पाहून जीन समाधानाने हसली आणि होकारार्थी मान हालवून कमरेतून सणसणत आलेली एक कळ तिने ओठावर दातांनी दाबून धरली.

"मोठी धीराची आहेस जीन तू —" नक्षलवादी तिच्या गालांना थोपटत म्हणाला, आणि मानेनेच त्याने नर्सला इशारा केला. शेजारच्या टेबलावर हत्यारांची मांडामांड करायला नर्सने सुरुवात केली आणि नक्षलवाद्याने फर्माविले,

मिस्टर ग्लाड, नो बडी कॅन स्टे हियर."

"या!" साहेब पुटपुटला. आणि त्याने सर्वांना बाहेर निघण्याचा इशारा केला. तेवढ्यात सीनियर पुढे सरसावला आणि म्हणाला,

"मि. पटनाईक, छतावर आणि प्रत्येक खिडकीखाली गार्डस् उभे आहेत. त्यांच्या हातात लोडेड गन्स आहेत..."

नक्षलवाद्याने एकवार हसून मान हालवली आणि उत्तर दिले,

"माहितीय मला. त्यांना फक्त माणूस मारता येतो, वाचवता येत नाही."

सीनियर निरुत्तर झाला. तोच ग्लाडसाहेब गरजला,

"यू रास्कल! प्रत्येक शिपाई जेलवर परत पाठवा."

आणि सीनियरच्या व स्वतःच्या कमरेची रिव्हॉल्व्हर नक्षलवाद्याच्या पुढ्यात टाकत म्हणाला,

"आय ट्रस्ट यू माय बॉय. यू आर ए बॉर्न रेव्होल्यूशनरी अँड नॉट ए ट्रेटर!" आणि ग्लाडसाहेबाने दरवाजा लोटला.

पण बेडरूमचा बंद दरवाजाही जीनच्या किंकाळ्यांना रोखू शकत नव्हता. गांगरलेला ग्लाडसाहेब घाबरून धाड् धाड् जिना उतरला आणि व्हरांड्याच्या पायथ्याशी रातराणीच्या रोपाखाली बसकण मारून बसला.

समोरच्या खोलीत हवालदार — जेलरांच्या दोनचार बायका कडबोळे करून तोंडाशी पदराचे बोळे लावीत हळूहळू कुजबुजत होत्या. ग्लाडसाहेबाने डोळे बारीक करून कानांत तेल ओतले.

त्या बायका, फाशीच्या कैद्याच्या हातात पोरीला सोपवले म्हणून साहेबावर ताशेरे झाडीत होत्या.

ग्लाडसाहेब धाड्कन जागचा उठला. हातात कात्र्या सुर्‍या असलेला नक्षलवादी निश्चितच आपल्या पोरीला ठार मारील या विचाराने संतापला. मग अगतिकतेने स्वतःच्याच कपाळावर चार बुक्क्या धाड् धाड् आपटीत तो परत तडातडा जिना चढू लागला.

'कूं कूं ऽ' करणारा चंप जिन्यातच साहेबाच्या पायांत घोटाळू लागला. साहेबाला जिना चढणे अशक्य झाले तशी रागाने साहेबाने लठ्ठ बुटाचे टोक चंपच्या बरगडीत हाणले, आणि त्याला दूर करीत तो व्हरांड्यात आला.

तोच बेडरूमचे दार करकरले आणि नर्स घाईघाईने बाहेर आली. ग्लाडसाहेब पोरासारखा धावत तिच्या पुढ्यात गेला. पण नर्सने हातानेच त्याला दूर केले आणि त्रासिकपणे ती म्हणाली, "प्लीज, डोन्ट डिस्टर्ब अस.'' आणि काही तरी घेऊन लगबगीने ती परत आत गेली. बेडरूमचा दरवाजा पुन्हा एकदा बंद झाला.

जीनच्या सोबतीला नर्स का होईना पण कोणी आत आहे, या विचाराने साहेबाला थोडेसे हायसे वाटले. मग दैवावर भरंवसा ठेवून समोरील स्टूल ओढून साहेब त्यावर बसला नि कठड्यावर हाताची घडी ठेवून त्याने मान खुपसली...

रात्र अशीच होती... पावसापाण्याची, विजा-ढगांची. दरवाजा थडाथडा वाजू लागला. जीव मुठीत धरून राहणारी मारा आणि ग्लाड जागी झाली. नाइट-गाऊनचा पट्टा आवळीत हलक्या हाताने खिडकीचा पडदा दूर करीत ग्लाडसाहेबाने बाहेर डोकावले... चार गेस्टापो बाहेर उभे होते. झटकन् त्याने छोट्या जेनीला उचलले नि वेताच्या मोठ्या बास्केटमध्ये ठेवीत मळके कपडे वर गपागपा भरले. शेजारच्या आलमारीत माराला बंद करून थडाथडा वाजणारा दरवाजा उघडला... ते चौघे गेस्टापो लांडग्यासारखे आत घुसत ओरडले, "कुठायत तुझी बायका-पोरं? तसल्या घाण, अशुद्ध ज्यू रक्ताची जर्मन राष्ट्राला गरज नाही.''

आणि त्यांनी पलंग उलटा पालटा केला. सारे घर धुंडाळायला सुरुवात केली. एकजण बास्केटपाशी गेला ति त्याने पारोसे कपडे काढायला सुरुवात केली. आलमारीच्या फटीतून माराने ते पाहिले, नि धाड्कन ती बाहेर आली. सावज सापडल्याच्या आनंदाने ते चौघे तिच्यावर तुटून पडले, नि लाथा-बुक्क्यांच्या वर्षावात 'पोरगी कुठाय' म्हणून चौकशी करू लागले. माराने उत्तर दिले, ''माझी मुलगी मेली!''

''केव्हा?'' ते गरजले.

''पंधरा दिवस झाले!'' ग्लाड अभावितपणे म्हणून गेला. मग जर्मन राष्ट्राचे रक्त शुद्ध ठेवण्यासाठी ते चारीजण माराच्या झिंज्या उपटीत तिला फरफटत नेऊ लागले. ग्लाडसाहेब लाचारीने, गयावया करीत चौकापर्यंत धावत गेला होता. गेस्टापोंनी माराला गाडीत कोंबले तेव्हा ग्लाडने रडत ओरडत त्यांच्या पायाशी लोळण घेतली. तेव्हा खाड्कन ग्लाडसाहेबाच्या मुस्कटात मारत मारा ओरडली, ''पुरुषासारखा पुरुष असून षंढासारखी अत्याचाऱ्यांच्या पुढ्यात लोळण का घेतोयस?''

ग्लाडसाहेब कावराबावरा झाला. त्याने मान उचलली. बेडरूम अजून कण्हत होती. दिवा मिणमिणत होता. सीनियर जेलर खुर्चीवर अस्वस्थपणे बसला होता. ग्लाडसाहेबाने हाताच्या घडीत पुन्हा मान खुपसली.

माराला घेऊन गेस्टापो चालते झाले आणि सर्वस्व हरपलेला ग्लाड घरी परतला. बेडवर बसून छोटी जीन 'मम्मा-मम्मा-' करीत रडत होती. साहेबाने तिला पाहिले आणि आपण सर्वस्व हरवून बसलो नाही, अजून माराचा ठेवा आपल्याकडे आहे, हे तो समजून चुकला. गपकन् आपल्या राठ हाताने त्याने जेनीचे तोंड दाबले. दिवे घालवून अंधार करीत ब्लँकेटात जेनीला गुंडाळून ग्लाड धावत सुटला. बर्लिनहून तो लंडनला कसा पोचला हे त्याचे त्यालाच आठवत नव्हते.

युद्ध संपले. राइशटॅग मातीला मिळाले; आणि वेड्यासारखा ग्लाड पुन्हा दग्धभू जर्मनीत आला. जर्मन राष्ट्र राखेतून पुन्हा उभे राहात होते. नवे जीवन फुलवत होते. पण उद्ध्वस्त झालेल्या ग्लाडला काही पूर्वस्मृती सापडेना, मिळेना. रस्ता रस्ता वेड्यासारखा तुडवल्यावर त्याला दिसली फक्त शाळा - ज्या शाळेत मारा टीचर होती. ज्या शाळेच्या फाटकाभोवती तरणा ग्लाड भिरभिरत घिरट्या

मारीत असे. ती शाळा तशीच होती आणि फाटकही तसेच.

मारा गॅस-चेंबरमध्ये गुदमरल्यानंतर तब्बल चार वर्षांनी त्या फाटकावर डोके ठेवून ग्लाडसाहेब ढसाढसा रडला होता. मग विक्षिप्तासारखे ग्लाडसाहेबाने जेनीला त्याच शाळेत घातले. साहेबाला वाटले, आपल्या षंढपणाने पोरगी आईला मुकली असली तरी या शाळेने तिच्या मायेला अंतरणार नाही. जेनीला शाळेत भरती करून ग्लाडसाहेब तडक इंडियाला परतला आणि त्याचा दिनक्रम सुरू झाला...

रोज कोणाच्या तरी पाठीवर दंडा मोडायचा, हाती सापडलेल्या कैद्याला तुडव तुडव तुडवीत माणसाच्या जातीचा सूड घ्यायचा, भरमसाट ढोसायची, आणि छोट्या जीनला लांबलचक खूपखूप पत्रे लिहायची, गोष्टी लिहायच्या –– पऱ्यांच्या, स्वर्गाच्या, हिंदुस्थानातील वाघांच्या, सापांच्या आणि सिंहांच्याही.

तेव्हा 'पोरगी मेली' हे शब्द उच्चारून साहेबाने पोरीचे प्राण वाचवले होते. पण आज तेच शब्द साहेबाचे प्राण कासावीस करीत होते.

ग्लाडसाहेबाच्या विचाराने शिणलेल्या डोक्याला पेंग यायला लागली.

'ट्यँह्यां ऽ ऽ ट्यँह्यां ऽ ऽ....'

नवजात अर्भकाचे रडणे ग्लाडसाहेबाच्या कानांत घुमू लागले. साहेबाने घाईगर्दीने आत जाऊन पाहिले. लाल ब्लँकेट घेऊन पडलेल्या माराच्या कुशीत एक लालभडक मांसाचा गोळा हातपाय उडवीत होता. जेनीचा जन्म झालेला पाहून वेड्यासारखे माराचे नि तिचे ग्लाडसाहेबाने पटापटा मुके घेतले होते. आपले लठ्ठ पाकीट त्या रात्री मित्रांसमवेत शँपेनच्या बाटल्या फोडण्यात साहेबाने रिते केले होते. जेनीच्या जन्माच्या आठवणीने... तिच्या 'ट्यँह्यां ऽऽ ट्यँह्या ऽऽ' रडण्याच्या आवाजाने साहेबाला घेरून टाकले. साहेबाची छाती भरून आली. नाक मुसमुसू लागले, नि मनातल्या मनात ग्लाडसाहेब हुंदके देऊ लागला. त्याच्या कानांत छोट्या जेनीच्या रडण्याचा आवाज घुमत होता... 'ट्यँह्यां ऽ ऽ ट्यँह्यां ऽ ऽ'

''स ऽ र... स ऽ ऽ र' सीनियर जेलरने ग्लाडसाहेबाला गदागदा हालवीत भानावर आणले. ग्लाडसाहेबाने मान उचलली. त्याचे डोळे डबडबलेले होते आणि नाक सूं सूं करीत होते.

‘‘हार्टी काँग्रॅच्युलेशन्स सर! यू आर ए ग्रँड-फादर नाऊ. तुम्हांला नातू झाला...’’ सीनियर सांगत होता. ग्लाडसाहेबाने सभोवार पाहिले. बेडरूममधून तान्ह्या बाळाचे रडणे ऐकू येत होते. दिवा मिणमिणत होता. गळून गेलेल्या ग्लाडसाहेबाने उभे राहात विचारले,

‘‘माझी जीन कशीय? - जीन कशीय?’’

नर्स पुढे होत म्हणाली, ‘‘शी इज क्वाइट ओ. के. सर, केस फार डिफिकल्ट होती. पण चांगल्या सर्जनमुळे तुमची मुलगी मृत्यूच्या दाढेतून परत आली.’’

ग्लाडसाहेब एकेक पाऊल चालत बेडरूमच्या दरवाजाशी जाऊन उभा राहिला... त्याला पाहताच म्लान आणि क्षीण होऊन पडलेल्या जीनने प्रसन्न होऊन हाक मारली - ‘‘पापा ऽ पापा ऽ ऽ’’

ग्लाडसाहेब आवेगाने पुढे गेला. जेनीचे हात घट्ट पकडत बोलण्याचा प्रयत्न करू लागला. पण बराच वेळ त्याच्या तोंडून शब्द फुटेना. अखेर गदगदलेल्या सुरात त्याने विचारले,

‘‘बेटा, फार त्रास झाला का ग?’’

‘‘ना पापा. ज्या वेदना वांझ नसतात त्यांचा त्रास होत नाही’’, जेनी म्हणाली. ग्लाडसाहेबाने तिचे तळवे आपल्या गरम कपाळावर ठेवलेआणि समाधानाचे हसू त्याच्या ओठांवर फुटले. मग त्याला नक्षलवाद्याची याद आली. त्याने पाहिले, नक्षलवादी स्वतःच्या कामात मग्न होता. कसले तरी इंजेक्शन जेनीच्या दंडात तो खुपसत होता. त्याला काय नावाने हाक मारावी हेच ग्लाडसाहेबाला समजेना. मग साहेब उठून त्याच्यासमोर गेला नि त्याचे खांदे थोपटत पुटपुटला,

‘‘यू सी... यू सी...’’

नक्षलवाद्याने एकवार ग्लाडसाहेबाकडे पाहिले नि चटकन् त्याच्या खिशातील पेन काढून घेत पेपरवर चार औषधे लिहीत नर्सला ती आणवायला सांगितले. मग त्याने एकवार डोळे घट्ट मिटून सर्व कामाची उजळणी केली. बाकी काही राहिले नाही याची खात्री पटल्यावर तो उभा राहिला, आणि एक मस्त आळस आणि जोरदार जांभई देत ग्लाडसाहेबाला म्हणाला,

‘‘इट इज ऑल राइट, मिस्टर ग्लाड, नाउ कॅन यू अरेंज ए कप ऑफ टी फॉर मी?’’

‘‘व्हॉय नॉट? — व्हाय नॉट?’’ ग्लाडसाहेब पुटपुटला आणि एव्हाना जमा

झालेल्या गर्दीतल्या खानसाम्याला ताबडतोब चहा बनवण्याची ऑर्डर त्याने दिली आणि नक्षलवाद्याला विचारले,

"वॉज इट ए व्हेरी डिफिकल्ट केस?"

"ओ... नो!" नक्षलवादी काहीसा बेफिकीरपणे म्हणाला.

"केस तशी मायनर होती; पण थोडा वेळ मीच माझा आत्मविश्वास गमावला होता. वाटले, इतक्या दिवसांनी केस हातात घेतोय, जमेल की नाही. पेशंट मरायचा स्वतःच्या मरणानं आणि नाव डॉक्टरचं बदनाम व्हायचं! - काय?"

"रियली यू आर ए ग्रेट डॉक्टर!" नक्षलवाद्याचे खांदे थोपटत ग्लाडसाहेब पुटपुटला, "फाशीचा दोर मानेवर लटकत असतानाही तू इतक्या शांत चित्ताने ऑपरेशन करू शकलास."

"फाशी?... नक्षलवादी एकदम पुटपुटला... मग परिस्थितीची जाणीव होऊन तो खदखदून हसला. आणि साहेबाला म्हणाला, "पाहिलंत, मिस्टर ग्लाड, कोणत्याही नशेपेक्षा माणसाचे प्राण वाचवायची नशा सर्वांत वाईट. ती देहभानच काय स्वतःचा मृत्यूही विसरायला लावते. किती वाजले? सहा वाजता तुम्ही फाशी द्यायचंय मला!"

सीनियर लगेच घड्याळ दाखवीत पुढे आला आणि ग्लाडसाहेबाला म्हणाला,

"सर, वुई कांट वेस्ट ए सिंगल मिनिट. फक्त दहा मिनिटं राहिलीत."

तोच जीप घरघरत येऊन फाटकापाशी कर्रकन् ब्रेक दाबून उभी राहिली. चार आर्मड् शिपायांना घेऊन फाशी गेटचा जेलर लगबगीने आला आणि साहेबाला शब्दानेही न विचारता त्याने नक्षलवाद्याच्या हातात बेड्या ठोकल्या. सीनियरने नक्षलवाद्याला चलण्याचा इशारा दिला. नक्षलवाद्याने पाठ फिरवली तोच ग्लाडसाहेब पुढे गेला, आणि नक्षलवाद्याचे बेड्या घातलेले हात हातात घेत, त्याचे मुके घेत त्याने नक्षलवाद्याला विचारले,

"पोरा, तू माझ्या मुलीला जीवदान दिलंस. मी काय देऊ तुला, सांग? वाट्टेल ते माग... मी देईन."

उपकाराच्या ओझ्याने झुकलेल्या साहेबाच्या चेहऱ्याकडे पाहात नक्षलवादी तुच्छेतेने म्हणाला,

"यू लिट्ल पुअर बेगर! तू काय देऊ शकतोस मला? तू फक्त मला फाशी देऊ शकतोस!"

साहेबाने त्याच्या तोंडावर हात ठेवत गदागदा मान हालवली, आणि साहेब म्हणाला,

"असं नको बोलून पोरा. मी इतका भिकारी नाही. इतका भिकारी नाही. मी देईन... काही तरी देईन..."

"काय देऊ शकता तुम्ही मला? आणि काही दिलंत तरी त्याची मला किंमत काय?" नक्षलवाद्याने सवाल केला.

"क्षणभर ग्लाडसाहेब दिङ्मूढ झाला. मग काही तरी विचार करून करारी नजरेने खणखणीत शब्दांत तो म्हणाला,

"यू ब्रेव्ह यंग चॅप! स्टिल यू डोन्ट नो मी. तुला बरंच काही देऊ शकतो मी. असं काही तरी देऊ शकतो की पुढले सात जन्म माझे उपकार तू विसरणार नाहीस."

ग्लाडसाहेबाच्या या बोलण्याला नक्षलवादी नुसता हसला आणि पुटपुटला,

"ठीकय. जे काही द्यायचंय ते फाशीच्या तख्तावर द्या!" आणि सीनियरच्या इशाऱ्याबरोबर तो चालू लागला!

सीनियर जेलर ग्लाडसाहेबासाठी जरासा घुटमळला तोच ग्लाडसाहेबाने त्याला फर्मावले —

"यू गो अहेड! मी निघालोच —"

सीनियर लगेच वळला नि नक्षलवाद्याबरोबर पायऱ्या उतरू लागला. व्हरांड्याच्या पायऱ्यांशी नक्षलवादी जरासा थबकला आणि विझत चाललेल्या रातराणीचा एक दीर्घ श्वास त्याने घेतला. चारी शिपाई पुढे मागे उभे राहिले, नि नाकासमोर पाहात नक्षलवादी चालू लागला. फाटकापाशी जीपमध्ये शिपाई चढले. नक्षलवाद्यानेही जीपमध्ये चढण्यासाठी पाऊल उचलले, ... तोच उंच आवाजातली हाक त्याला ऐकू आली...

"कॉम्रेड ऽ ऽ कॉम्रेड ऽ ऽ!"

बरेच दिवस अपरिचित असलेल्या त्या सन्माननीय हाकेने नक्षलवाद्याची छाती अभिमानाने फुलून आली; आणि त्याने मागे फिरून पाहिले. वर व्हरांड्यात उभे राहून हात हालवीत ग्लाडसाहेब त्याला हाक मारीत होता...

"कॉम्रेड ऽ ऽ कॉम्रेड ऽऽ!"

सदोदित कैदी नंबर पुकारून हिणवणाऱ्या ग्लाडसाहेबाच्या तोंडून ती हाक ऐकून नक्षलवादी समाधानाने हसला नि हात हालवून साहेबाचा निरोप घेऊ लागला. तोच साहेबाने रिव्हॉल्वर उचलले आणि काय होतेय हे समजायच्या आतच फायर केले.

कडाड् काड् काड् काड् ऽ ऽ

आसमंत भेदणाऱ्या त्या आवाजाने जीन एकदम अंथरुणात उठून बसली. तिने पाहिले, तिचा बाप व्हरांड्यात उभा होता. त्याच्या हातात रिव्हॉल्व्हर होते आणि अपराधी मुद्रेने खाली मान घालून तो जीनला विचारत होता,

''ॲम आय राँग, जीन? ॲम आय राँग?''

''ना-पापा...'' ओक्साबोक्शी रडत जीन म्हणाली.

''ना पापा, ही वॉज रिअली ए ब्रेव्ह सोल्जर! —'' आणि तिने स्फुंदत स्फुंदत उशीत डोके खुपसले.

ग्लाडसाहेबाने समाधानाने मान हालवत तिच्या म्हणण्याला संमती दिली. खाली पाहिले. बेडीच्या हाताने छाती घट्ट दाबून नक्षलवाद्याने घट्ट मूठ वळलेला हात वर केला होता. साहेबाच्या या विश्वासघाताने तो खवळून उठला होता. त्याने रक्ताग्नीने भरलेल्या जळजळीत नजरेने साहेबाकडे पाहिले...

पण ग्लाडसाहेबाच्या नजरेत करुणा होती. याचना होती. आणि ग्लाडसाहेब पुन्हा पुन्हा ओरडत होता,

कॉम्रेड, तुम्हारे सीनेपे गोली चलायी है मैने, पीठपे नहीं! तुम्हारे सीनेपे गोली चलायी है मैंने, पीठपे नहीं...''

साहेबाच्या या खुलाशाने नक्षलवाद्याचे डोळे पुन्हा शांत झाले. एकवार समाधानाने हसत वळल्या मुठी सोडून त्याने साहेबाला 'बाय बाय' केले, आणि सारी शक्ती एकवटून तो ओरडला,

''थँक यू... थँक यू मिस्टर ग्लाड!''

आणि रक्ताच्या थारोळ्यात कैदी नंबर आठसो बयालीस, वीरभूषण पटनाईक, वीराचं मरण घेऊन निष्प्राण होऊन पडला!

जेलच्या भिंतीवर सहाचे टोल पडत होते.

''सब ठीक है! सब ठीक है!'' यार्डा-यार्डांतून रात्रपाळीचे हवालदार ओरडत होते.

आणि ग्लाडसाहेब गुडघ्यात मान खुपसून हमसून हमसून रडत होता.

सकाळी झाली.

पण आकाश निर्विकार होते, नि उजेड निस्तेज. सूर्याचे किरण दिसत नव्हते. राजमहेंद्री सेंट्रल जेलच्या सुपरिटेंडेंटचा बंगला पोलिसांनी भरला होता. पंचनामा आटोपला आणि डी. एस्. पी. ने ग्लाडसाहेबाचा पट्टा टोपी उतरवली. आणि

वीरभूषण पटनाईक याच्या खुनाच्या आरोपावरून साहेबाच्या हातांत बेडी ठोकली. पण साहेब निर्विकार होता. त्याच्या चेहऱ्यावर तीच विरागी शांती होती. — जी नक्षलवाद्याच्या चेहऱ्यावर होती.

डी. एस्. पी. ने खूण केली आणि ग्लाडसाहेब चालू लागला.

काळ्याशार डांबरी रस्त्यावर पावले खाड् खाड् वाजू लागली. रस्ता निर्मनुष्य झाला, पण आसपासच्या झाडांवरल्या पाखरांची किलबिल शांत झाली नाही. ती किलबिलत होती, "थँक यू... थँक यू, मिस्टर ग्लाड!"

साहेब मेन गेटच्या दाराशी आला नि सवयीने त्याने नजर टाकली. पण गार्ड-ड्यूटीवरल्या शिपायांनी त्याला खडी ताजीम दिली नाही. मेन गेट उघडले नाही. क्षणभर साहेब खचला... अपमानित झाला...

तोच राजमहेंद्री सेंट्रल जेलच्या भिंतीच थोड्या वाकल्या आणि म्हणाल्या, "थँक यू... थँक यू मिस्टर ग्लाड."

त्या पाषाण-भिंतींची मानवंदना थोडी मान लववून साहेबाने घेतली नि नाकासमोर सरळ पाहात पावले तालात फेकली, आणि एक जाडाभरडा भरदार खर्ज लावला.

"हे प्रिये, तुझ्यासाठी..."